# NGÔI VƯƠNG của TRÁI TIM:

## *12 trận chiến chúng ta phải chiến thắng trước lòng tham, sự so sánh và sự giả tạo của sự thỏa mãn*

qua

Zacharias Godseagle ; Đại sứ Thứ Hai O. Ogbe ; Tiện nghi Ladi Ogbe

Table of Contents

# Trang bản quyền



**Xuất bản bởi:**
**Zacharias Godseagle & God's Eagle Ministries (GEM)**
www.otakada.org

Trừ khi có ghi chú khác, các trích dẫn Kinh Thánh đều được lấy từ Kinh Thánh. Mọi tài liệu tham khảo Kinh Thánh đều được sử dụng cho mục đích giảng dạy, nghiên cứu và phát triển tâm linh theo nguyên tắc sử dụng hợp lý.

Cuốn sách này là một tác phẩm giảng dạy, suy ngẫm và diễn giải tâm linh. Những câu chuyện đời thực được sử dụng trong sách có thể bao gồm các nhân vật được ghép lại hoặc các chi tiết được điều chỉnh để bảo vệ quyền riêng tư, đồng thời vẫn giữ được sự thật và tác động.

**Thiết kế bìa:** "Đội ngũ sáng tạo God's Eagle"]

Được in tại Hoa Kỳ

# Sự cống hiến

**Kính dâng Đấng ngự trên Ngôi lòng chúng con— Chúa Giê-su Christ, Vua của chúng con, La Bàn của chúng con, và Sự Thỏa Lòng của chúng con.**
Nguyện công việc này mang vinh quang đến cho danh Ngài và đưa nhiều người trở về trung tâm tình yêu của Ngài.

**Gửi đến Chúa Thánh Thần,**
Đấng là lời thì thầm đã trở thành lộ trình cho chúng ta,
Đấng là sự xác tín đã trở thành sự thanh tẩy cho chúng ta,
và Đấng là sự hiện diện đã trở thành sức mạnh cho chúng ta.

**Gửi đến Thân thể Đấng Christ trên khắp các quốc gia**
—các nhà lãnh đạo, gia đình, tín đồ và những người tìm kiếm đang chiến đấu trong những trận chiến thầm lặng của trái tim trong một thế giới ồn ào. Mong rằng những trang này sẽ soi sáng những nơi ẩn giấu và dẫn bạn đến sự đầu hàng, thanh khiết và bình an sâu sắc hơn.

**Gửi đến tất cả những ai đã từng vật lộn với sự so sánh, vật lộn với lòng tham hoặc khao khát sự hài lòng thực sự,**
cuốn sách này chính là người bạn đồng hành của bạn trên hành trình hướng tới tự do.

**Và cuối cùng, gửi đến tất cả những ai đã ủng hộ, cầu nguyện, khích lệ và tin tưởng—**
tình yêu của các bạn được dệt vào từng chương. Nguyện Chúa ban thưởng cho các bạn một cách công khai.

*— Zacharias Godseagle , Đại sứ Thứ Hai O. Ogbe , Comfort Ladi Ogbe*

# Lời cảm ơn

Với lòng tràn đầy biết ơn, chúng ta dừng lại để ghi nhận bàn tay của Chúa và những con người mà Ngài đã sử dụng để đưa cuốn sách này vào cuộc sống.

**Trước hết, xin dâng lên Chúa Thánh Linh—Đấng Thầy, Đấng Cố Vấn và Đấng Mặc Khải chân lý của chúng con.**
Mỗi trang sách, mỗi sự thấu hiểu, mỗi lời thúc giục đều bắt đầu từ Ngài. Cảm tạ Ngài vì niềm tin thanh tẩy, sự khôn ngoan neo giữ, và ngọn lửa tinh luyện. Ngài là Tác Giả đích thực của sự biến đổi.

**Gửi đến Chúa Jesus Christ,**
Đấng ngự trên Ngôi của mọi tấm lòng được cứu chuộc. Ân điển của Chúa đã trao quyền cho nhiệm vụ này, lòng thương xót của Chúa đã nâng đỡ chúng con,
và tình yêu của Chúa đã thúc đẩy chúng con viết với sự chân thành và mạnh dạn.

**Gửi đến gia đình chúng tôi -**
những lời cầu nguyện, sự hy sinh và sự thấu hiểu của các bạn đã tạo nên không gian cho những đêm dài, những nghiên cứu sâu sắc, những câu chuyện toàn cầu và sức nặng cảm xúc của một thông điệp sâu sắc như thế này. Cảm ơn các bạn đã sát cánh cùng chúng tôi, tin tưởng cùng chúng tôi và cùng nhau gánh vác gánh nặng này.

**Gửi đến các đối tác và bạn bè của God's Eagle Ministries (GEM),**
những người được biết đến và không được biết đến ở nhiều quốc gia—lòng hảo tâm của các bạn đã trở thành dòng sông mang Phúc Âm đi xa hơn cả bước chân chúng ta có thể đi.

Mỗi hạt giống các bạn gieo đều chạm đến cuộc sống của nhiều người trên khắp các châu lục. Chúng tôi vô cùng kính trọng các bạn.

**Gửi đến những người đã chia sẻ câu chuyện, chứng ngôn và sự yếu đuối của mình,**
để hành trình của họ soi sáng những trang sách này—lòng can đảm của các bạn đã trở thành ngọn đèn soi đường cho những người khác thoát khỏi bóng tối. Nguyện Chúa nhân lên sự chữa lành thông qua sự trung thực của các bạn.

**Gửi đến đội ngũ truyền thông, kỹ thuật, biên tập và cầu thay của chúng tôi—**
các bạn đã âm thầm làm việc ở hậu trường, trau chuốt ngôn từ, định hình thông điệp, cầu nguyện để đạt được bước đột phá và đảm bảo sự xuất sắc với mỗi bản phát hành. Công sức của các bạn là sự tôn thờ, và thiên đàng nhìn thấy điều đó.

**Gửi đến cộng đồng tín đồ, mục sư, người truyền đạo và những người tìm kiếm trên toàn cầu,**
những người tham gia vào các thông điệp, chương trình phát sóng và bài giảng hàng ngày của chúng tôi—các bạn đã truyền cảm hứng cho sự cấp bách của công việc này. Niềm khao khát chân lý của các bạn thúc đẩy sự vâng lời của chúng tôi.

**Và cuối cùng, xin cảm ơn tất cả những ai đang cầm cuốn sách này trên tay**
vì đã mở lòng mình để được tìm kiếm, thử thách và biến đổi. Mong rằng thông điệp này sẽ trở thành tấm gương, la bàn và chất xúc tác đưa Chúa Kitô trở lại ngai vàng trong đời sống nội tâm của bạn.

Chỉ một mình Chúa được vinh quang.

# Về NGÔI VƯƠNG CỦA TRÁI TIM:

## *12 Cuộc Chiến Chúng Ta Phải Chiến Thắng Chống Lại Lòng Tham, Sự So Sánh & Sự Giả Tạo Của Sự Bằng Lòng*

Trong thời đại của sự so sánh vô tận, áp lực kỹ thuật số và sự theo đuổi không ngừng cái gọi là "nhiều hơn", hàng triệu người đang âm thầm chiến đấu trong một cuộc chiến mà không ai nhìn thấy — cuộc chiến giành **ngai vàng của trái tim.**
Cuốn sách biến đổi này vạch trần **12 cuộc chiến tâm linh tiềm ẩn** đang phá hoại bản sắc, hủy hoại sự bình an, làm suy yếu mục đích sống, và khiến người tin Chúa xa rời sự hiện diện của Chúa. Thông qua những câu chuyện hấp dẫn về thế giới, những hiểu biết sâu sắc về Kinh Thánh, và những suy ngẫm làm thay đổi cuộc đời, *Ngôi Vị Trái Tim* dẫn dắt độc giả đối mặt với những kẻ thù tinh vi của tâm hồn: lòng tham, sự đố kỵ, sự bất an, sự vô ơn, tham vọng ích kỷ, sự thỏa mãn vô đạo đức, và những thần tượng âm thầm cạnh tranh với Chúa Kitô để giành lấy tình cảm của chúng ta.

Với những câu chuyện sống động từ ***Brazil đến Seoul, New York đến Tokyo, Washington DC đến Dubai*** , Zacharias Godseagle , Đại sứ Monday O. Ogbe và Comfort Ladi Ogbe

thổi hồn vào mọi trận chiến — mang đến sự khôn ngoan đầy cảm xúc, thực tế và sâu sắc về mặt tinh thần.
Người đọc sẽ khám phá:

**Tại sao lòng tham không phải là một tội nhỏ** mà là một căn bệnh ung thư tâm linh, vi phạm Điều răn thứ nhất và thứ mười — và âm thầm kích hoạt nhiều điều khác.
**Sự so sánh cướp đi niềm vui** và làm mờ mắt tín đồ trước những nhiệm vụ Chúa giao phó.
**Tại sao sự hài lòng là sức mạnh** — và sự tự mãn là một cái bẫy.
**Làm thế nào để nhận ra thần tượng** trá hình dưới dạng tham vọng, ảnh hưởng hoặc thành công.
**Hòa bình thực sự trông như thế nào** trong một thế giới bất ổn và chạy theo thành tích.

**Làm thế nào để giành lại ngai vàng của trái tim** và đưa Chúa Kitô trở về đúng vị trí của Ngài.
Mỗi chương bao gồm:

- ***Một câu chuyện có thật hấp dẫn***
- ***Một ví dụ tương tự trong Kinh Thánh***
- ***Câu hỏi suy ngẫm sâu sắc***
- ***Một tuyên bố quyền lực***
- ***Các bước thực tế để chữa lành bên trong và cân bằng tâm linh***

Cuốn sách này dành cho:

**• Các nhà lãnh đạo và mục sư Cơ đốc giáo**
**• Những người trẻ tuổi đang tìm kiếm bản sắc • Các chuyên gia đang đối mặt với áp lực • Những người tin Chúa khao khát sự gần gũi với Chúa • Bất kỳ ai mệt mỏi vì bị so sánh, ghen tị hoặc kiệt sức về mặt tinh**

**thần • Các gia đình, mục vụ, nhóm nhỏ và vòng tròn môn đồ**

Nếu bạn sẵn sàng phá vỡ những vòng luẩn quẩn phá vỡ số phận...
Nếu bạn sẵn sàng lật đổ những gì làm bạn mất tập trung...
Nếu bạn mong muốn một trái tim trong sáng, một tinh thần vững vàng và một cuộc sống lấy Chúa làm trung tâm...

Khi đó *Ngôi báu của Trái tim* sẽ trở thành tấm gương tâm linh, người cố vấn và chất xúc tác cho sự chuyển hóa sâu sắc.
**Chiến thắng lớn nhất không phải là những gì bạn chinh phục được bên ngoài —**
**mà là chính con người bên trong bạn.**

# *Tóm tắt bìa sau*

**NGÔI VƯƠNG CỦA TRÁI TIM**
**12 Cuộc Chiến Chúng Ta Phải Chiến Thắng Chống Lại Lòng Tham, Sự So Sánh & Sự Giả Tạo Của Sự Hài Lòng**
Ai đang ngồi trên ngai vàng trong trái tim bạn?
Trong một thế giới bị thúc đẩy bởi sự cạnh tranh, so sánh và ham muốn vô tận về "nhiều hơn", vô số tín đồ đang đấu tranh thầm lặng sâu bên trong — những trận chiến định hình bản sắc, bóp méo mục đích và làm cạn kiệt sức mạnh tinh thần.

Trong *Ngôi báu của trái tim* , Zacharias Godeagle , Đại sứ Monday O. Ogbe và Comfort Ladi Ogbe vạch trần **12 kẻ thù tiềm ẩn của tâm hồn,** những kẻ âm thầm lật đổ Chúa Kitô và tôn vinh những ham muốn giả tạo. Thông qua những câu

chuyện đời thực hấp dẫn từ khắp nơi trên thế giới — Brazil, New York, Seoul, Tokyo, Dubai, Washington DC và nhiều nơi khác — mỗi chương hé lộ:
• Sự trỗi dậy tinh vi của lòng tham lam và cách nó phá vỡ điều răn thứ nhất và thứ 10
• Chu kỳ hủy diệt của sự so sánh, đố kỵ, chủ nghĩa vật chất và tham vọng không ngừng nghỉ • Sự lừa dối của "sự thỏa mãn vô đạo đức" dẫn đến sự tự mãn về mặt tâm linh • Mối nguy hiểm của những thần tượng trá hình thành thành công, ảnh hưởng hoặc ham muốn • Vẻ đẹp biến đổi của sự thỏa mãn thực sự, lấy Chúa làm trung tâm
Dựa trên Kinh Thánh, những cuộc gặp gỡ cá nhân và những câu chuyện toàn cầu, cuốn sách này vừa là tấm gương tâm linh vừa là lộ trình. Mỗi chương kết thúc bằng những câu hỏi suy ngẫm, những lời tuyên bố làm mới lòng, và những bước thực tế để giành lại ngai vàng trong lòng bạn. Cho dù bạn là nhà lãnh đạo, chuyên gia, sinh viên, mục sư hay người tìm kiếm, cuốn sách này sẽ giúp bạn:

• Khám phá lại sự thân mật với Chúa
• Phá vỡ những chu kỳ phá vỡ số phận • Làm im lặng tiếng nói so sánh • Tìm thấy sự bình an trong một thế giới bất ổn
• Neo giữ bản sắc của bạn trong Chúa Kitô • Củng cố nền tảng tâm linh của bạn
**Chiến thắng lớn nhất không phải đạt được ở bên ngoài mà là ở bên trong —**
**khi Đấng Christ được phục hồi vị trí chính đáng của Ngài trên ngai vàng trong lòng bạn.**

# LỜI NÓI ĐẦU

Trong mỗi thế hệ, Chúa đều cất lên những tiếng nói thách thức sự trôi dạt lặng lẽ của trái tim con người. Những tiếng nói không chỉ an ủi mà còn sửa sai. Những tiếng nói không chỉ giải trí mà còn khơi dậy. Những tiếng nói không theo đuổi sự tán thưởng, mà hướng đến mục đích của thiên đàng. Cuốn sách này, **Ngôi báu của trái tim** , chính là tiếng nói như vậy.

Rất lâu trước khi những chương này được viết ra, chúng đã được *tranh đấu* . Các tác giả không tiếp cận thông điệp này với tư cách học giả hay nhà bình luận, mà là những người nam và người nữ đầu tiên để Đức Thánh Linh đối đầu với những chiến trường trong lòng họ. Kết quả là một tác phẩm không chỉ vững chắc về mặt thần học mà còn sắc bén về mặt tâm linh — một cuốn sách đâm thấu vào những chỗ cần thiết, chữa lành những chỗ cần thiết, và kêu gọi mọi tín hữu trở về với sự đầu phục.

Chúng ta sống trong một thế giới mà **sự so sánh đã trở thành một lối sống** ,
**lòng tham đã trở thành bình thường** ,
**sự bằng lòng đã bị làm giả** và
sự sùng bái ngẫu tượng đã xuất hiện dưới những hình thức kỹ thuật số mới.

Trong thế giới như vậy, cuốn sách này không chỉ kịp thời mà còn là sự can thiệp của thần thánh.

Mỗi một trong mười hai "cuộc chiến" được đề cập ở đây đều nói lên một đại dịch thầm lặng trong Giáo hội ngày nay: Kitô hữu phấn đấu mà không có bình an, lãnh đạo mà không có sự trong sạch, phục vụ mà không có sự thân mật, thờ phượng mà không có lòng biết ơn, và thành công bề ngoài nhưng lại suy yếu bên trong. Qua những câu chuyện toàn cầu — từ Seoul đến Dubai, từ Lagos đến São Paulo, từ Washington đến Tokyo — các tác giả nhắc nhở chúng ta rằng trái tim con người ở mọi nền văn hóa đều giống nhau: bồn chồn cho đến khi Chúa Kitô ngự trị, trống rỗng cho đến khi Chúa Kitô lấp đầy, đói khát cho đến khi Chúa Kitô thỏa mãn.

Điều nổi bật nhất là sự trung thực táo bạo của cuốn sách . Nó không nịnh hót, không làm dịu đi, không bào chữa cho sự thật.

Thay vào đó, nó yêu thương hướng dẫn chúng ta trở lại với các điều răn đầu tiên, tình yêu đầu tiên và lời kêu gọi đầu tiên của người môn đồ:

*"Ngươi không được có thần nào khác đối nghịch với Ta."*

*"Ngươi không được tham lam…"*

Khi điều răn thứ mười bị vi phạm, điều răn thứ nhất đã sụp đổ.

Khi sự so sánh bén rễ, sự thỏa mãn lặng lẽ lụi tàn. Khi thần tượng trỗi dậy, sự thân mật sụp đổ.

Cuốn sách này phơi bày những thực tế này một cách rõ ràng, can đảm và đầy lòng trắc ẩn.

Đại sứ Monday O. Ogbe , Zacharias Godseagle và Comfort Ladi Ogbe đã ban tặng cho Thân Thể Chúa Kitô một món quà — một tấm gương tâm linh phản chiếu không phải con người chúng ta giả vờ, mà là con người thật của chúng ta và con người Chúa mời gọi chúng ta trở thành. Tiếng nói chung của họ mang sức nặng của kinh nghiệm, ân sủng của sự cầu bầu, và sự trưởng thành của những nhà lãnh đạo đã được hình thành trong nơi bí mật.

Khi bạn đọc, bạn sẽ được mời vào:

- **Tự kiểm điểm mà không xấu hổ**
- **Ăn năn mà không lên án**
- **Sửa sai mà không nghiền nát**
- **Bằng lòng mà không tự mãn**
- **Đầu hàng mà không sợ hãi**

Bạn sẽ phải đối mặt với những phần con người bạn đã bỏ qua trong nhiều năm.

Nhưng bạn cũng sẽ tìm thấy một Đức Chúa Trời sẵn sàng thanh tẩy, phục hồi, sắp xếp lại và trị vì.
Đây không phải là cuốn sách để đọc một lần.
Nó là cuốn sách để đọc lại — bất cứ khi nào lòng bạn trôi dạt, việc thờ phượng của bạn trở nên nhàm chán, hay những ưu tiên của bạn không còn phù hợp với thiên đàng.
Lời cầu nguyện của tôi rất đơn giản:
Mong những trang này sẽ dẫn bạn đến sự chân thực chứ không phải đến **sự hoàn hảo** .

Không phải tham vọng, mà là **vâng phục** .
Không phải chỉ là kiến thức, mà là **sự biến đổi** .
Không phải là tự hoàn thiện, mà là Đấng **Christ ngự trên ngai** .
Nếu bạn cho phép Ngài, Chúa Thánh Linh sẽ sử dụng cuốn sách này để giành lại lãnh thổ trong trái tim bạn vốn từ lâu đã bị những kẻ chủ thấp kém chiếm giữ.
Mong rằng mỗi độc giả sẽ thoát khỏi những trang sách này với sự sáng suốt, trong sáng, lòng biết ơn và ngai vàng được phục hồi cho vị Vua hợp pháp của mình.
Đây không chỉ là một cuốn sách.
Nó là một lời kêu gọi - một lời kêu gọi trở về trung tâm.
Một lời kêu gọi trở về nơi bí mật. Một lời kêu gọi trở về dưới chân Chúa Jesus. Một lời kêu gọi trở về ngai vàng của trái tim.

**Bậc thầy**

# LỜI NÓI ĐẦU / LỜI NÓI ĐẦU

## *NGÔI VƯƠNG CỦA TRÁI TIM*

## 12 Cuộc Chiến Chúng Ta Phải Chiến Thắng Chống Lại Lòng Tham, Sự So Sánh & Sự Giả Tạo Của Sự Hài Lòng

Thông điệp này đến không hề dễ dàng. Tôi đã mất **hơn ba mươi ngày** chờ đợi Chúa - những ngày suy ngẫm sâu sắc, tự vấn, tự vấn, ăn năn và vâng phục. Lời cầu nguyện của tôi trong suốt hành trình thật đơn giản:
*"Lạy Chúa, xin cho thông điệp này được thấm nhuần. Xin cho nó xuyên thấu, cáo trách, chữa lành và tạo nên sự biến đổi lâu dài trong mỗi tấm lòng đón nhận nó."*

Khi bạn đọc những trang này, tôi mời bạn làm nhiều hơn là chỉ theo dõi những câu chuyện và thánh thư. Tôi mời bạn nhìn **vào tấm gương** mà chúng tạo ra. Khi Lời Chúa bày tỏ những gì bên trong, đừng quay lưng lại. Hãy hành động. Niềm vui lớn nhất của thiên đàng không phải là những bài giảng hùng hồn hay đám đông lớn - mà là **sự ăn năn chân thành** .
Chúa Giê-su đã nói: *"Trên trời sẽ vui mừng vì một tội nhân ăn năn"* (Lu-ca 15:7).

Tiên tri Samuel nói với vua Saul:
*"Sự vâng lời tốt hơn của lễ."* (1 Sa-mu-ên 15:22)
Chân lý này xuất hiện hơn năm mươi lần trong Kinh Thánh. Tại sao? Bởi vì **Đức Chúa Trời từ chối lời tạ ơn**

**đến từ những tấm lòng bất tuân.** Ngài vui thích lời tạ ơn xuất phát từ chân lý, sự tinh sạch và sự đầu phục.

Và giờ đây, khi nhiều người trên khắp thế giới đang chuẩn bị dâng lời tạ ơn vào cuối năm, Chúa đưa ra một lời cảnh báo và lời mời gọi:

**Chỉ có lời tạ ơn xuất phát từ sự vâng phục mới mang hương thơm đến trước ngai vàng của Ngài.**

### *Trái tim của thông điệp này*

Sự tin kính. Sự thỏa lòng. Lòng tham.
Đây không phải là những chủ đề nhỏ nhặt. Chúng là **những vấn đề lớn xuyên suốt Kinh Thánh** , là chiến trường nền tảng cho mọi tín đồ. Và mỗi vấn đề đều đòi hỏi sự thành tâm xem xét tấm lòng.

Đa-vít cầu nguyện trong Thi Thiên 139:23:
*"Lạy Đức Chúa Trời, xin hãy tra xét con và biết lòng con…"*
Đây là tư thế cần thiết để tiếp nhận trọn vẹn thông điệp trong sách này.

Đức Chúa Trời không tìm kiếm những người biểu diễn tôn giáo hay những Cơ Đốc nhân bề ngoài hào nhoáng.
Ngài đang tìm kiếm **những bình chứa chân chính—những bình chứa trong sạch** , những tấm lòng được ban ơn, không bị đầu độc bởi sự so sánh, đố kỵ, tham lam, giả tạo, và những sự thờ ngẫu tượng tinh vi của thời đại hiện đại.

### *Một thông điệp cho thời điểm như thế này*

Bài giảng này đánh dấu thông điệp cuối cùng của chúng ta trong năm nay—trừ khi Chúa Thánh Linh chỉ dẫn khác. Bạn có thể truy cập phiên bản âm thanh và video đầy đủ tại đây:

🎥 **YouTube**
https://youtu.be/pfdffNNGH-s?si=xCPctwBOpKTZGSK0

🎧 **Podcast**
https://open.spotify.com/episode/0KDztlNO6y2Ze8lPIIUxKA?si=PG2SFbUpQMGhsmRaqhkHuQ

Nhờ ơn Chúa, chúng tôi sẽ chuyển thể những bài học này thành **sách, phim và bản dịch** để chúng có thể đến được với nhiều đối tượng hơn bằng nhiều ngôn ngữ. Chúng tôi cũng đang chuẩn bị ra mắt **các chương trình phát thanh** , đặc biệt dành cho những thính giả ngoại tuyến, những người khao khát nhưng có thể sẽ không bao giờ được nghe nội dung của chúng tôi trực tuyến.

### *Lời kêu gọi hợp tác để thu hoạch*

Nếu những thông điệp từ God's Eagle Ministries (GEM) đã mang lại phước lành cho bạn, tôi trân trọng mời bạn cân nhắc việc hợp tác với chúng tôi.
Sự ủng hộ của bạn sẽ giúp chúng tôi mang những thông điệp biến đổi cuộc sống này vượt ra ngoài màn hình, vượt qua biên giới, vượt qua giới hạn - đến với gia đình, quốc gia và trái tim.

Trên khắp các nền tảng kỹ thuật số và sóng radio, mọi người khắp nơi đang tìm kiếm hy vọng, chân lý và tiếng nói vững chắc của Chúa giữa một thế giới hỗn loạn. Tại GEM, chúng tôi tin rằng truyền thông là một **tấm lưới tâm**

**linh** được giăng ra khắp các quốc gia - tập hợp những tâm hồn, hàn gắn các gia đình và thắp lên ngọn lửa phục hưng.

## Sự hợp tác của bạn giúp chúng tôi:

### 1. Sản xuất nội dung phim và video tràn đầy Thánh Linh

Những câu chuyện đánh thức đức tin, hàn gắn sự tan vỡ và tiết lộ tình yêu của Chúa Kitô theo những cách mạnh mẽ và dễ đồng cảm.

### 2. Truyền bá Phúc Âm trên Đài Phát thanh

Đến các làng mạc, vùng sâu vùng xa, nhà tù, bệnh viện và cộng đồng vượt xa Internet.

### 3. Mở rộng các chiến dịch giảng dạy và truyền giáo trên mạng xã hội

Các bài đọc hàng ngày, lời cầu nguyện, bài giảng và thông điệp truyền cảm hứng, sửa sai và củng cố đức tin cho các tín đồ trên khắp các quốc gia.

## Tại sao sự hỗ trợ của bạn lại quan trọng

Mỗi thông điệp được truyền tải đều mang hương thơm của Chúa Kitô đến những nơi chúng ta có thể không bao giờ đặt chân đến.

Sự đóng góp của bạn sẽ trở thành **hạt giống ánh sáng** , một làn sóng lan tỏa sức ảnh hưởng, một đóng góp cho mùa gặt toàn cầu của Chúa.

## Hãy cho đi khi Chúa dẫn dắt bạn

Không có số tiền cố định.
Mọi món quà, dù lớn hay nhỏ, đều góp phần thúc đẩy sứ mệnh.

**Paypal :**
https://www.paypal.com/ncp/payment/D6NEFW56KG8LU

**Tithe.ly:**
https://tithe.ly/give?c=308311

**Tất cả các kênh đóng góp:**
https://www.otakada.org/partnership-giving

Cảm ơn sự hợp tác của bạn. Nguyện xin Chúa ban phước lành dồi dào cho bạn trong danh Chúa Jesus.

### *Kinh Thánh Chủ Đề cho Sách Này*

**"Sự tin kính cùng sự thỏa lòng là một lợi lớn."**
*— 1 Ti-mô-thê 6:6*

**Xuất Ê-díp-tô Ký 20:3–17 • Cô-lô-se 3:5 • Lu-ca 12:15**

Những đoạn kinh thánh này tạo thành nền tảng cho 12 cuộc chiến được khám phá trong cuốn sách này—những cuộc chiến của trái tim, diễn ra lặng lẽ bên trong, nhưng với những hậu quả định hình nên số phận.

Lời cầu nguyện của tôi là khi bạn lật giở những trang sách này, Đức Thánh Linh sẽ tìm kiếm bạn, thanh tẩy bạn, sắp xếp bạn và khôi phục Đấng Christ vào vị trí mà chỉ Ngài xứng đáng - ngai vàng trong lòng bạn.

**—Đại sứ Monday O. Ogbe**
Người sáng lập, God's Eagle Ministries (GEM)
www.otakada.org

# GIỚI THIỆU

**Đưa Chúa Kitô trở lại trung tâm của đời sống nội tâm**

Mọi cuộc chiến tâm linh đều bắt đầu từ rất lâu trước khi một tội lỗi được phạm phải, một quyết định được đưa ra, hay một thất bại được nhìn thấy. Chiến trường thực sự chính là trái tim - nơi vô hình, không được bảo vệ, và thường không được quản lý. Tuy nhiên, đó lại là lãnh thổ tâm linh chiến lược nhất trong toàn bộ tạo vật.

Sách Châm Ngôn nói với chúng ta:
**"Hãy giữ gìn tấm lòng của con hơn hết, vì các nguồn sự sống do nơi nó mà ra."** (Châm Ngôn 4:23)

Mọi thứ đều thăng trầm từ đây.
Sự trong sạch. Mục đích. Bình an. Ghen tị. Thờ ngẫu tượng. Tham lam. Vâng lời. Bản sắc. Sự hài lòng.

Trái tim là nơi ngai vàng mà Chúa muốn ngự trị — và là chiến trường mà kẻ thù muốn chiếm đóng.

Cuốn sách này ra đời vì một lý do: **giúp bạn giành lại ngai vàng.**

**Tại sao thông điệp này lại quan trọng lúc này**

Chúng ta đang sống trong một thế hệ tràn ngập tiếng ồn — những ý kiến, kỳ vọng, xu hướng, áp lực và ảo tưởng kỹ thuật số định hình đời sống nội tâm nhiều hơn chúng ta thừa nhận. Nhiều tín đồ ngày nay có vẻ ngoài mạnh mẽ, nhưng bên trong lại kiệt sức, xao nhãng, bồn chồn, hoặc âm thầm bị tổn thương bởi sự so sánh, ghen tị, bất an, chủ nghĩa vật chất và sự tự mãn về mặt tâm linh.

Lòng người đã trở nên chật chội.
Đầy tham vọng.
Đầy sợ hãi.
Đầy những ham muốn mà Chúa không bao giờ gieo trồng.
Đầy những tiếng nói át đi tiếng thì thầm của Ngài.

Và trái tim tôn vinh điều gì thì cuộc sống sẽ tuân theo điều đó.

Vì vậy, lòng tham không chỉ là ham muốn một thứ gì đó thuộc về người khác — mà còn là sự **sắp xếp lại việc thờ phượng** . Nó hạ bệ Đức Chúa Trời và tôn vinh dục vọng. Nó vi phạm điều răn thứ mười, đúng vậy, nhưng cuối cùng lại vi phạm điều răn thứ nhất:

**"Ngươi không được có thần nào khác đối nghịch với Ta."**

Sự so sánh cũng diễn ra theo cách tương tự.
Sự đố kỵ cũng vậy. Tham vọng không ngừng nghỉ cũng vậy.
Sự thỏa mãn vô đạo đức cũng vậy — sự tự mãn giết chết sự phát triển.

Những thế lực này hoạt động một cách bí mật, tinh vi và dần dần.
Chúng không la hét; chúng thì thầm. Chúng không tấn công; chúng xói mòn. Chúng không phá hủy ngay lập tức; chúng cạn kiệt dần dần mỗi ngày.

Đây là lý do tại sao Chúa Giê-su liên tục cảnh báo các môn đồ của Ngài không chỉ về tội lỗi, mà còn về **những tình trạng trong lòng dẫn đến tội lỗi** — lòng tham, sự ghen tị, tự tôn, đạo đức giả và tự lừa dối.

**12 trận chiến trong cuốn sách này**

Các chương tiếp theo sẽ khám phá mười hai chiến trường tâm linh — mười hai mô hình âm thầm truất ngôi Chúa Kitô khỏi vị trí trung tâm trong cuộc sống của người tin Chúa.

Mỗi chương chứa:

***Một câu chuyện có thật từ khắp nơi trên thế giới Một sự tương đồng trong Kinh thánh phơi bày nguyên lý tâm linh Một sự suy ngẫm sâu sắc để tự vấn Một lời tuyên bố khôi phục sự cân bằng Một sự thay đổi thực tế mà bạn có thể áp dụng ngay lập tức***

Đây không phải là lý thuyết.
Đây là phẫu thuật tim. Đây là sự đào tạo môn đồ cho đời sống nội tâm.

Khi bạn đọc, hãy mong đợi:

• bị kết án
• đối đầu • thức tỉnh • khuyến khích • củng cố • chuyển hướng • tinh chỉnh

Thông điệp này không có ý định lên án bạn, nhưng là để kêu gọi bạn đến với sự tự do lớn hơn và mối tương giao sâu sắc hơn với Chúa Giê-su.

**Cách đọc cuốn sách này**

Đọc chậm.
Thường xuyên dừng lại. Cầu nguyện trong mỗi trận chiến. Hãy để Chúa Thánh Linh cá nhân hóa từng câu chuyện. Cho phép Ngài chạm đến những vùng trong trái tim bạn mà bạn có thể đã bỏ qua, biện minh hoặc bình thường hóa.

Cuốn sách này là một tấm gương.
Và gương thì không bao giờ nói dối.

Nếu bạn thấy lòng kiêu ngạo, hãy thừa nhận nó.
Nếu bạn thấy sự đố kỵ, hãy đối mặt với nó. Nếu bạn thấy sự bồn chồn, hãy từ bỏ nó. Nếu bạn thấy thần tượng, hãy phá bỏ chúng.

Đức Thánh Linh dịu dàng, nhưng Ngài cũng rất kỹ lưỡng.
Ngài bày tỏ để chữa lành. Ngài thuyết phục để thanh tẩy.
Ngài phơi bày để phục hồi.

**Hành trình hướng tới tự do**

Nếu bạn cho phép Ngài, cuốn sách này sẽ hướng dẫn bạn đến:

- **sự thỏa lòng theo ý Chúa** giúp tăng trưởng
- **động cơ trong sáng** thúc đẩy mục đích
- **sự rõ ràng về bản sắc giúp** dập tắt sự so sánh
- **lòng biết ơn** giúp dập tắt sự đố kỵ
- **sự vâng lời** thay thế sự bướng bỉnh
- **sự bình an** chấm dứt sự bồn chồn
- **sự khiêm** nhường giúp đánh bại tham vọng
- **sự thờ phượng đích thực** giúp phá hủy sự thờ ngẫu tượng

Đây là những chiến thắng neo giữ vận mệnh.

**Lời mời cuối cùng trước khi bạn bắt đầu**

Hãy tĩnh tâm.
Hãy buông bỏ sự phòng thủ. Hãy nhẹ nhàng mở rộng tâm hồn bạn trước Chúa.

Hãy cầu nguyện lời cầu nguyện này khi bạn bước vào chương đầu tiên:

**"Lạy Chúa, xin hãy dò xét con sâu thẳm.**
**Xin tỏ bày những điều con không thấy. Xin cất đi những điều Ngài không gieo trồng. Xin ngự trị nơi con đã truất ngôi Ngài.**
**Xin đặt Chúa Giê-su vào trung tâm trái tim con.**
**Amen."**

Chào mừng đến với cuộc hành trình.
Chào mừng đến với tấm gương. Chào mừng đến với **Ngôi báu của Trái tim** .

Hãy để Chúa Kitô cai trị một lần nữa.

# CHƯƠNG 1 - SỢI DÂY LUẬT PHÁP VÀ LƯỚI THAM LAM

Khi Chúa trao cho Moses Mười Điều Răn, Ngài bắt đầu với ngai vàng thờ phượng và kết thúc bằng chiến trường của dục vọng.

**"Ngươi không được có các thần khác trước mặt Ta." — Xuất Ê-díp-tô Ký 20:3**

**"Ngươi không được tham lam…" — Xuất Ê-díp-tô Ký 20:17**

Hai điều răn này không phải là hai luật lệ riêng biệt nằm ở hai đầu đối diện của tấm bảng.

Chúng là **hai giá đỡ** , giữ chặt mọi điều răn khác lại với nhau.

Phá vỡ điều cuối cùng chính là phá vỡ điều đầu tiên.

Tham lam chính là biến điều mình khao khát thành thần tượng. Thầm thì nói với Chúa:

**"Ngài không đủ; con phải có điều gì khác để lấp đầy con."**

Từ hạt giống tham lam đó nảy nở thành cả một khu rừng hủy diệt.

Lòng tham lam vi phạm từng điều răn một:

- Thứ nhất — bằng cách thay thế Chúa bằng ham muốn
- Thứ bảy — bằng cách ham muốn những gì không phải của mình
- Thứ tám — bằng cách ăn cắp những gì thuộc về người khác
- Thứ chín — bằng cách nói dối để che giấu hành vi trộm cắp
- Thứ sáu — bằng cách giết (về thể xác hoặc tinh thần) để có được thứ bạn muốn

## *Mọi hành động bất tuân đều bắt đầu từ một tấm lòng tham lam.*

Lòng tham không chỉ đơn thuần là muốn có;
mà còn là tôn thờ những gì bạn muốn.
Đó không chỉ là ham muốn;
đó là ham muốn được tôn thờ.
Đó không chỉ là sự thèm ăn;
đó là sự thèm ăn không được kiểm soát.
Lòng tham là sự nổi loạn âm thầm không ai nhìn thấy, cho đến khi hậu quả của nó trở thành cơn bão.

## *Hai bi kịch hoàng gia: David và Ahab — Khi lòng tham giết chết sự chính trực*

### Đa-vít và Bát-sê-ba — 2 Sa-mu-ên 11

Mọi chuyện bắt đầu bằng một cái nhìn.
Một cái liếc nhìn từ trên mái nhà. Một khao khát không được che giấu.
Đa-vít nhìn thấy Bát-sê-ba đang tắm và muốn thứ không phải của mình.

Ánh mắt đó trở thành dục vọng,
dục vọng trở thành ngoại tình, ngoại tình trở thành lừa dối,
lừa dối trở thành giết người.
Vị vua từng chạy trốn tội lỗi giờ lại chạy về phía nó — và giẫm đạp lên mạng sống của một người để che giấu dấu vết.
Khi nhà tiên tri Nathan đến, ông kể cho David nghe câu chuyện về một người giàu có đánh cắp con cừu của một người nghèo - một hình ảnh về lòng tham dữ dội đến mức đòi hỏi phải đổ máu.
Những gì bắt đầu bằng **"Tôi muốn"** đã kết thúc bằng **"Tôi sẽ giết để có được nó".**
Lòng tham đã biến "người theo lòng Đức Chúa Trời" thành kẻ trộm cắp và giết người vì:
**Khi bạn rời mắt khỏi Chúa,**
**bạn bắt đầu lấy đi những gì Chúa không bao giờ ban cho.**

## A-háp và Na-bốt — 1 Các Vua 21

A-háp có cung điện, vườn nho, binh lính và đất đai.
Ông ta có quá đủ. Nhưng lòng tham luôn mách bảo:
**"Mọi thứ đều không đủ."**
Khi nhìn thấy vườn nho nhỏ của Naboth, lòng ghen tị bùng lên như bão tố.
Naboth từ chối bán đất đai - đó là di sản của cha ông.
Vì vậy, Jezebel đã làm giả thư từ, sắp đặt nhân chứng gian, giết Naboth và trao đất cướp được cho Ahab.
Một người đàn ông chết để nhà vua có thể trồng rau.
Đức Chúa Trời đã phán qua Ê-li rằng:
**"Ngươi vừa giết người vừa chiếm đoạt à?"**
Lòng tham đã di căn thành âm mưu, lừa dối, trộm cắp và đổ máu.
Cả hai vị vua đều giàu có, nhưng lòng ham muốn đã làm họ mù quáng trước lòng biết ơn.

Lòng tham không phải là cuộc đấu tranh của người nghèo; đó là cuộc đấu tranh của con người.
Vấn đề không phải là thiếu thốn
mà là khao khát.

## *Lời cảnh báo của Chúa Giêsu*

Chúa Giêsu không hề làm dịu lời Ngài:
**"Từ bên trong, từ lòng người, phát xuất những ý tưởng xấu xa — tà dâm, giết người, trộm cắp, tham lam…"**
**— Mác 7:21–22**
Lòng tham không phải là một tội nhỏ.
Nó là hạt giống nảy mầm thành những khu rừng hủy diệt.
Nó hạ bệ Chúa. Nó tôn vinh dục vọng. Nó biến trái tim thành một nhà máy sản xuất thần tượng.
Mọi thần tượng đều bắt đầu bằng "Tôi muốn".
Mọi sự sụp đổ đều bắt đầu bằng "Tôi phải có".
Và mọi sự phục hồi về mặt tâm linh đều bắt đầu bằng:
**"Lạy Chúa, xin hãy trị vì một lần nữa."**

# *CÁCH SỢI CHỈ DẠO QUA CUỘC SỐNG CỦA CHÚNG TA*

Lòng tham hiếm khi tự bộc lộ.
Nó xuất hiện với vẻ ngoài đầy thiện chí:

- **tham vọng**
- **sự ngưỡng mộ**
- **cuộc thi**

- **sự mong muốn**
- **cơ hội**
- **tiến triển**

Nó ẩn bên trong:
• Gia đình — thông qua sự so sánh và ganh đua
• Trường học — thông qua sự cạnh tranh không có tính cách • Doanh nghiệp — thông qua lòng tham đội lốt tăng trưởng • Chính phủ — thông qua tham nhũng đội lốt phát triển • Nhà thờ — thông qua sự bắt chước đội lốt cảm hứng
Lòng tham biến người sùng bái thành kẻ muốn trở thành, người hầu thành đối thủ và người lãnh đạo thành diễn viên. Nó chính là kẻ giết chết sự hài lòng một cách thầm lặng. Trước khi khám phá mười hai trận chiến, chúng ta phải nhìn rõ web — vì **bạn không thể đánh bại thứ mà bạn không nhận ra.**
Bây giờ, với nền tảng đã được đặt ra, chúng ta bước vào cuộc hành trình khám phá mười hai chiến trường của trái tim - mười hai khuôn mặt của lòng tham và mười hai ân sủng chiến thắng chúng.

# Chương 2 - Tấm gương nằm (So sánh và Cuộc chiến vì Lòng biết ơn)

Khi Sofia đến New York từ São Paulo, cô mang theo một chiếc vali, một chiếc máy tính xách tay mượn được, và một ước mơ: trở thành một nhiếp ảnh gia kể lại câu chuyện của những con người vô hình. Cô ngủ trong một căn hộ chung nằm phía trên một cửa hàng bán đồ ăn nhanh ồn ào, thức dậy lúc bình minh và làm hai công việc - pha chế cà phê vào buổi sáng, biên tập ảnh vào ban đêm.

Mỗi cuối tuần, cô lại dạo quanh thành phố, tay cầm máy ảnh, đuổi theo ánh nắng và những nụ cười. Một buổi chiều nọ, cô chụp được khoảnh khắc một cặp vợ chồng già nắm tay nhau ở Công viên Trung tâm; cô đăng lên mạng với dòng chú thích "Tình yêu vẫn bước đi giữa chúng ta". Chỉ trong vòng một tuần, bức ảnh đã nhận được một nghìn lượt thích. Lần đầu tiên, Sofia cảm thấy mình đang trở thành chính mình, điều mà cô hằng mơ ước.

Rồi thuật toán thay đổi—và tiếng vỗ tay ngừng lại.

Một nhiếp ảnh gia khác, Ethan Li, bắt đầu đăng ảnh chân dung bóng bẩy của những người có sức ảnh hưởng. Các thương hiệu đã chú ý đến anh. Chỉ trong vài tháng, anh đã xuất hiện trên các biển quảng cáo, tổ chức hội thảo, mua sắm thiết bị mà Sofia chỉ có thể mơ ước.

Cô vẫn còn máy ảnh—nhưng giờ cô đã mở trang của anh ấy trên một tab khác. Mỗi sáng, cô lại so sánh người theo dõi anh ấy với mình, bình luận của anh ấy với mình, máy ảnh của anh ấy với mình. Niềm vui chụp ảnh tan biến; những bức ảnh của cô trở nên gượng ép. Cô thì thầm, "Giá mà mình có được những gì anh ấy có, cuối cùng mình cũng sẽ trở thành một ai đó."

Một buổi tối lạnh giá, bà tham dự một triển lãm ở trung tâm thành phố. Đứng giữa những khung ảnh bóng loáng, bà tình cờ nghe thấy hai vị khách thì thầm bên cạnh một trong những bức ảnh của bà - cặp vợ chồng già trong công viên. "Ai chụp bức ảnh này?" một người hỏi. "Cảm giác như... sống động vậy." "Bức ảnh này do một người tên là Sofia A. Silva chụp," người phụ trách triển lãm nói. "Bà ấy không đăng ảnh nhiều, nhưng bà ấy có một điều hiếm có - sự chân thành."

Những lời ấy tác động mạnh mẽ đến cô hơn bất kỳ ánh đèn sân khấu nào. Cô nhận ra mình đã không còn nhìn cuộc sống qua lăng kính của mình nữa; cô đã nhìn chằm chằm vào một tấm gương dối trá.

Đêm đó, cô đi bộ về nhà và cầu nguyện lần đầu tiên sau nhiều tháng.

"Chúa ơi," cô nói, "cảm ơn Người vì những gì con đang nắm giữ. Xin hãy dạy con nhìn vào ánh sáng, chứ không phải vào những thứ tương tự."

Cô phủi bụi chiếc máy ảnh cũ kỹ trầy xước của mình, và sáng hôm sau, cô quay lại công viên. Cặp đôi ấy vẫn ở đó - già hơn, chậm rãi hơn, vẫn nắm tay nhau. Cô nâng ống kính lên, mỉm cười và nhấn nút chụp.

Cú nhấp chuột duy nhất đó mang lại cảm giác như đang tôn thờ.

## *Gương Kinh Thánh*

Có lần Phi-e-rơ đứng trên bờ biển Ga-li-lê sau khi Chúa Giê-su phục sinh. Chúa Giê-su vừa mới phục hồi ông bằng tình yêu thương: "Hãy chăn chiên Ta."

Nhưng Phi-e-rơ quay lại, thấy Giăng đang đi phía sau, liền hỏi: "Thưa Chúa, còn anh ấy thì sao?" (Giăng 21:20–22).

Và Chúa Giê-su đáp: "Chuyện đó can hệ gì đến con? Còn con, hãy theo Ta."
Ngay tại đó, hỡi gia đình, Đấng Cứu Thế đã vạch trần cùng một căn bệnh đã bám lấy Sofia ở New York—thuốc độc của sự so sánh.
Nó xưa như vườn Địa Đàng.
Eva nhìn trái cây và nghĩ: "Tại sao mình lại không thể có được thứ mà người khác—hay thứ gì đó—có?" David nhìn từ ban công và nghĩ: "Ta xứng đáng có nàng." Ahab nhìn từ cung điện của mình và nghĩ: "Ta cần vườn nho của Naboth."
Sự so sánh sinh ra lòng tham lam. Lòng
tham lam hạ bệ lòng biết ơn. Và một khi lòng biết ơn chết đi, mọi điều răn bắt đầu sụp đổ.
Hãy nghe tôi, gia đình: khi bạn so sánh, bạn đang nói với Chúa rằng: "Những gì Ngài ban cho con chưa đủ."
Đó chính là cách tấm gương nói dối. Nó chiếu những thước phim nổi bật của người khác và gọi đó là thất bại của bạn. Nó nói với bạn rằng con đường của bạn quá hẹp, câu chuyện của bạn quá chậm.
Nhưng thiên đường không bao giờ chấm điểm theo đường cong; nó đo lường lòng trung thành, chứ không phải những người theo đuổi.

## *Sự hài lòng so với sự tự mãn*

Đừng nhầm lẫn sự hài lòng với sự tự mãn.
Sự tự mãn khoanh tay lại và nói, "Cần gì phải cố gắng?" - đó là sự lười biếng được che đậy bằng sự bình yên giả tạo.
Sự hài lòng ngước lên và nói, "Cảm ơn Chúa. Con sẽ tiếp tục trưởng thành, nhưng con sẽ trưởng thành với lòng biết ơn."
Sofia không từ bỏ nhiếp ảnh khi cô ấy từ bỏ sự so sánh; cô ấy đã tìm lại nó.

Khi Peter ngừng nhìn John, ông đã trở thành vị tông đồ làm rung chuyển các quốc gia. Sự hài lòng không kết thúc câu chuyện của bạn - nó giải phóng câu chuyện.

## *Sự phản xạ*

Sự tiến bộ của ai đã trở thành thước đo của tôi?
Tôi có biến sự ngưỡng mộ thành sự sùng bái không?
Điều gì sẽ xảy ra nếu tôi ngừng cuộn và bắt đầu quản lý những gì mình đang có?

## *Mang đi / Tuyên bố*

"Tấm gương so sánh thì dối trá, nhưng lăng kính của lòng biết ơn mới nói lên sự thật."
Hãy nghe tôi, gia đình:
Đừng nhìn chằm chằm vào tấm gương phản chiếu nữa. Hãy cầm lấy ống kính mà Chúa đã ban cho bạn—những món quà của riêng bạn, mùa của riêng bạn—và nhìn cuộc sống qua lời tạ ơn một lần nữa. Bởi vì lòng biết ơn không làm bạn bằng lòng; nó làm bạn tỏa sáng ngay tại nơi bạn đang đứng.

# Chương 3 - KHI NHIỀU HƠN LÀ KHÔNG ĐỦ

# (Lòng tham và sự mất mát hòa bình)

## *"Căn hộ áp mái trống"*

Ravi Mehta sinh ra ở Mumbai với những ước mơ lớn lao. Anh học hành chăm chỉ, bỏ bữa để mua sách giáo khoa, và xây dựng một công ty phần mềm nhỏ ngay trong phòng ký túc xá. Ban đầu, thành công của anh giống như công lý - phần thưởng cho những đêm thức trắng và những lời cầu nguyện thì thầm trên những chuyến tàu đông đúc.

Công việc kinh doanh phát đạt. Các nhà đầu tư tìm đến. Giải thưởng nối tiếp nhau. Chẳng bao lâu sau, Ravi sở hữu một căn hộ áp mái ở Dubai nhìn ra biển, một đội xe mà anh hiếm khi lái, và một chiếc đồng hồ có giá trị hơn cả số tiền tiết kiệm cả đời của cha anh.

Nhưng một điều kỳ lạ đã xảy ra. Càng lên cao, anh càng thấy khó thở. Mỗi sáng, trước khi uống cà phê, anh lại xem danh sách Forbes. Mỗi tối, anh lại cập nhật biểu đồ chứng khoán cho đến 3 giờ sáng. Vợ anh, Anjali, có lần hỏi: "Bao giờ thì đủ rồi?".

Anh cười trừ. "Cột mốc tiếp theo," anh nói.

Rồi một ngày nọ, trong một cuộc họp công ty, một thực tập sinh trẻ ngã gục vì kiệt sức. Cô ấy đã làm việc ba ca để gây ấn tượng với anh. Khi họ đưa cô ấy đi, Ravi nhìn thấy hình ảnh phản chiếu của chính mình trên bức tường kính — vẫn những quầng thâm đó, vẫn sự trống rỗng đó. Đêm đó, anh

ngồi một mình trong căn hộ áp mái và nhận ra mình đã xây nên một cung điện không có sự bình yên.
Vài tuần sau, anh đến thăm trường đại học cũ để thuyết trình. Sau đó, anh lang thang đến căng tin trường và thấy vị giáo sư cũ đang ăn cơm với đậu lăng. Người đàn ông mỉm cười, "Ravi! Cậu lúc nào cũng chạy theo bầu trời. Cậu đã bao giờ dừng lại để ngắm bình minh chưa?"
Câu hỏi làm anh suy sụp.
Ravi về nhà và viết hai tấm séc: một để tài trợ học bổng cho sinh viên nghèo, một để thành lập một quỹ dành cho những người làm việc trong ngành công nghệ quá tải. Lần đầu tiên sau nhiều năm, anh ngủ ngon giấc.

## *Gương Kinh Thánh*

Thưa các bạn, lòng tham là một hình ảnh quen thuộc trong Kinh Thánh.
Ghê-ha-xi chạy theo bạc của Na-a-man và trở về với bệnh phong cùi (2 Các Vua 5). Vị quan trẻ giàu có bỏ đi trong đau buồn vì của cải đã thay thế sự thờ phượng (Mác 10:17-22). A-háp muốn chiếm vườn nho của Na-bốt và giết người để chiếm đoạt. Đa-vít thèm muốn vợ của người khác và giết người để che giấu nó.

Hãy nghe tôi này, hỡi các bạn: lòng tham không bắt đầu bằng việc trộm cắp — nó bắt đầu bằng suy nghĩ rằng Chúa nợ bạn nhiều hơn.
Nó vi phạm điều răn thứ mười bằng sự thèm muốn, điều răn thứ tám bằng sự trộm cắp, điều răn thứ sáu bằng sự phá hoại, và điều răn thứ nhất bằng sự thờ phượng lợi lộc thay vì Chúa.
Chúa Giê-su phán: "Hãy coi chừng mọi thứ tham lam, vì sự sống của con người không cốt tại của cải mình dư dật đâu." (Lu-ca 12:15)

Lòng tham không chỉ liên quan đến tiền bạc; mà còn liên quan đến tấm lòng không thể nghỉ ngơi ngay cả khi đã no đủ.

## *Sự hài lòng và sự tự mãn*

Cả hai phía của ham muốn đều tiềm ẩn nguy hiểm.
Lòng tham không bao giờ ngừng dâng trào. Sự tự mãn không bao giờ bắt đầu hình thành. Sự hài lòng nằm ở giữa - biết ơn hôm nay, trung thành với ngày mai.
Ravi không bỏ nghề; ông đã chuộc lại nó. Ông học được rằng việc cho đi không làm ông suy yếu; nó giải thoát ông.
Khi lòng biết ơn thay thế lòng tham, thành công không còn là ông chủ nữa mà trở thành một mục vụ.

## *Sự phản xạ*

Tôi đã theo đuổi điều gì đến mức đánh mất sự bình yên trên đường đi?
Tham vọng của tôi có trở thành bàn thờ nơi tôi hy sinh các mối quan hệ và sự nghỉ ngơi không?
Liệu lòng hào phóng có phải là liều thuốc mà tâm hồn tôi cần không?

## *Mang đi / Tuyên bố*

"Lòng tham vẫn tiếp tục đếm; lòng biết ơn vẫn tiếp tục cho đi."
Hãy nghe tôi, các bạn ạ:
Khi bạn coi trọng thứ gì đó hơn, thì sẽ chẳng bao giờ có đủ.
Nhưng ngay khi bạn bắt đầu cho đi, mọi xiềng xích sẽ bị phá vỡ. Sự thịnh vượng thực sự không phải là bạn nắm giữ bao

nhiêu; mà là bạn có thể giải phóng bao nhiêu mà không mất đi niềm vui.

# Chương 4 - BẪY ÁNH SÁNG SÂN KHẤU (Ghen Tị và Cuộc Chiến Vì Mục Đích)

## *"Bài hát phá vỡ sự im lặng"*

Ở Seoul, một ca sĩ trẻ tên Jina lớn lên với giấc mơ về ánh đèn rực rỡ và những tràng pháo tay vang dội. Giọng hát của cô có thể làm xe cộ ngừng lại; dàn hợp xướng trường gọi cô là "nốt nhạc kỳ diệu". Khi một chương trình tài năng nổi tiếng thông báo tuyển sinh, cô bước vào với đôi tay run rẩy và trái tim tràn đầy hy vọng.

Cô ấy hát hết mình—nhưng một thí sinh khác, Minseo, đã chiến thắng. Jina vỗ tay trên sân khấu, mỉm cười trước ống kính và thì thầm chúc mừng, nhưng sâu thẳm bên trong, có điều gì đó tan vỡ. Cô gái mà cô từng ngưỡng mộ giờ đây trở thành cô gái mà cô thầm oán giận.

Vài tháng sau, các bài hát của Minseo đã phủ sóng khắp các bảng xếp hạng. Jina bắt đầu đăng tải các bản cover nhạc của Minseo lên kênh YouTube của mình. Càng bắt chước, cô càng có nhiều người theo dõi—và cô càng cảm thấy trống rỗng. Những giai điệu của riêng cô cũng dần phủ bụi.

Một đêm nọ, sau buổi biểu diễn ở một quán bar trung tâm thành phố, cô nghe thấy một ông già chơi guitar ở góc phòng. Tủ của ông mở, trống một nửa. Giữa các bài hát, ông khẽ nói: "Ai cũng muốn sân khấu; ít ai muốn câu chuyện." Câu nói ấy thấm sâu vào tâm trí cô.

Khi về nhà, cô mở cuốn sổ tay cũ ghi chép lời bài hát dang dở và tìm thấy một bài có tựa đề "Cô Gái Im Lặng". Cô nhớ mình đã viết nó trước khi lòng ghen tị xâm chiếm trái tim - thô ráp, chân thật, tràn đầy khao khát Chúa. Cô thì thầm: "Lạy Chúa, nếu Người vẫn còn muốn giọng hát này, xin hãy lấy lại nó."

Vài tuần sau, cô hát trực tiếp bài "Silent Girl" tại một buổi hòa nhạc từ thiện nhỏ. Không pháo hoa, không danh tiếng—chỉ có sự thật. Một bà mẹ trong khán phòng đã khóc và nói: "Bài hát đó đã giúp tôi tha thứ." Đêm đó, Jina nhận ra sự khác biệt giữa biểu diễn và mục vụ. Danh tiếng đã khiến cô bắt chước; nỗi đau đã khiến cô trở nên chân thật.

## *Gương Kinh Thánh*

Thưa các bạn, lòng đố kỵ là kẻ trộm với những bước chân nhẹ nhàng. Rachel ghen tị với các con của Leah; Leah ghen tị với tình cảm của Rachel (Sáng thế ký 30). Sự so sánh của họ đã biến những phước lành thành những cuộc chiến. James và John đã xin Chúa Giê-su cho họ chỗ ngồi vinh quang bên phải và bên trái (Mác 10:35–37); Ngài trả lời: "Các ngươi có thể uống chén mà Ta uống không?"—dạy rằng sự vĩ đại không đạt được bằng sự cạnh tranh mà bằng sự kêu gọi. Ngay cả các mục sư cũng rơi vào cái bẫy này. Chúng ta ghen tị với sự xức dầu của người khác, bắt chước phong thái của họ, thèm muốn sự theo dõi của họ. Chúng ta quên rằng ân điển không phải là một bộ trang phục—mà là một giao ước. Khi Phi-e-rơ nhìn Giăng và hỏi: "Thưa Chúa, còn người này thì sao?", Chúa Giê-su đáp: "Việc đó can gì đến ngươi? Ngươi theo Ta!" (Giăng 21:20–22).

Nghe tôi này, các bạn: lòng đố kỵ không làm bạn nhanh hơn; nó khiến bạn thiếu đức tin. Nó thuyết phục bạn rằng làn đường của người khác tốt hơn đích đến của bạn. Lòng tham ở đây không chỉ vi phạm điều răn thứ mười; nó còn vi phạm điều răn thứ nhất - bởi vì chúng ta bắt đầu tôn thờ sự tán thưởng thay vì Đấng Toàn Năng.

## Sự hài lòng và sự tự mãn

Sự hài lòng không giết chết ước mơ; nó thanh lọc động lực. Sự tự mãn nói: "Cố gắng làm gì? Dù sao chúng cũng tốt hơn." Sự hài lòng nói: "Tôi sẽ cố gắng hết sức - với lòng biết ơn, chứ không phải miễn cưỡng."
Jina không từ bỏ âm nhạc; cô ấy đã tìm lại sứ mệnh trong giai điệu. Khi cô ấy ngừng bắt chước, âm thanh của chính cô ấy mang theo sự chữa lành. Đó là điều xảy ra khi lòng biết ơn thay thế sự ghen tị - bạn ngừng bắt chước người khác và bắt đầu thể hiện Chúa.

## *Sự phản xạ*

Thành công của ai khiến tôi cảm thấy khó chịu trong lòng?
Tôi có nhầm lẫn giữa sự ngưỡng mộ và sự ám ảnh không?
Nếu không ai vỗ tay, liệu tôi có còn phục vụ, ca hát, sáng tạo hay thuyết giảng không?

## *Mang đi / Tuyên bố*

"Sự đố kỵ cạnh tranh để được hoan nghênh; mục đích hoàn thành sự vâng lời."
Hãy nghe tôi, các bạn:
Đừng sống vì ánh đèn sân khấu; hãy sống vì nụ cười rạng rỡ của Ngài. Khi mục đích của bạn trở thành sự thờ phượng, bục giảng của bạn trở thành vùng đất thánh. Hãy đủ bằng lòng để phát triển và đủ biết ơn để chỉ tỏa sáng vì Ngài.

# Chương 5 - CÁNH CỬA KHÔNG NÊN MỞ (Mong muốn, Cám dỗ và Cuộc chiến vì Sự trong sạch)

## *“Cửa sổ phòng khách sạn”*

Daniel làm việc cho một công ty đa quốc gia ở Dubai, quản lý khách hàng trên ba châu lục. Anh ấy quyến rũ, ăn nói lưu loát và vừa mới kết hôn với tình yêu của đời mình, Amara. Họ gặp nhau tại nhà thờ ở Nairobi, và mọi người gọi họ là "cặp đôi cầu nguyện cùng nhau".

Rồi đến sự thăng tiến - giám đốc khu vực. Cùng với đó là những chuyến du lịch, khách sạn sang trọng, và cả nỗi cô đơn khoác lên mình lớp vỏ thành công.

Trong một buổi họp khuya, sau một ngày dài họp hành, anh gặp Yasmine, một nhân viên liên lạc khách hàng. Cô dí dỏm, tốt bụng và cười phá lên trước mọi câu chuyện cười của anh. Họ trò chuyện về nghệ thuật, văn hóa và sự mệt mỏi của cuộc sống công sở. Ban đầu, mọi chuyện thật bình thường - những bữa tối bàn công việc, đi chung taxi, những tin nhắn xã giao. Nhưng một buổi tối, khi họ ngắm nhìn đường chân trời Dubai từ cửa sổ khách sạn, cô đặt tay lên tay anh. Cả thế giới như ngừng lại.

Mọi thứ trong anh đều nói rằng, "Chỉ một đêm thôi cũng không sao."

Nhưng ở đâu đó sâu thẳm, một giọng nói khác thì thầm: "Đây chính là cánh cửa phá hủy mọi thứ."

Anh cáo lỗi, đi vào phòng tắm và nhìn hình ảnh phản chiếu của mình. Anh thấy không phải một người đàn ông thành đạt, mà là một người chồng run rẩy sắp phá vỡ lời thề đã xây dựng nên sự bình yên của mình. Nước mắt lăn dài trên má anh. Anh quỳ xuống nền gạch lạnh ngắt và thì thầm: "Lạy Chúa, xin hãy đóng cánh cửa này lại trước khi con kịp làm vậy."

Sáng hôm sau, Daniel trả phòng sớm. Anh chuyển tài khoản khách hàng sang chi nhánh khác và nghỉ một tuần. Khi anh kể cho vợ nghe chuyện suýt xảy ra, cô khóc, không phải vì tức giận mà là vì nhẹ nhõm. Lời thú nhận đó đã trở thành bức tường bảo vệ cuộc hôn nhân của họ.

Nhiều năm sau, Daniel nói với những người đàn ông trẻ tuổi rằng: "Ma quỷ không cần phải đá cửa; nó chỉ cần các bạn mở khóa."

## *Gương Kinh Thánh*

Thưa các bạn, câu chuyện này không mới. David nhìn thấy Bathsheba tắm trên mái nhà và chỉ cần liếc mắt đã mở toang cánh cửa dục vọng. Vị vua từng giết những gã khổng lồ đã bị giết chết bởi dục vọng. Ông ta đã chiếm đoạt những gì không thuộc về mình, phá vỡ giao ước, nói dối để che giấu nó, và giết Uriah để che giấu nó (2 Samuel 11).

Quyết định đó đã phá vỡ một nửa Mười Điều Răn:

Ông ta thèm muốn vợ của người đàn ông khác (thứ 10).

Anh ta đã đánh cắp cô ấy (thứ 8).

Ông ta đã phạm tội ngoại tình (thứ 7).

Anh ta đã nói dối để che giấu điều đó (thứ 9).

Anh ta đã giết người vô tội (thứ 6).

Tất cả chỉ vì anh nhìn quá lâu và nán lại quá gần.

Lòng tham không chỉ là muốn những thứ không thuộc về mình mà còn là nghi ngờ rằng những gì Chúa ban cho là đủ.

Hãy nghe tôi, các bạn ạ: mọi cám dỗ đều bắt đầu bằng một suy nghĩ: "Bạn đáng bị như vậy". Nhưng những gì bạn "đáng bị" ngoài thời điểm của Chúa sẽ luôn hủy hoại bạn từ bên trong.

## *Sự hài lòng và sự tự mãn*

Sự thanh khiết không phải là sự vắng bóng của sự hấp dẫn; mà là sự hiện diện của những ranh giới. Sự tự mãn nói rằng: "Tôi đủ mạnh mẽ; tôi có thể xử lý được." Sự mãn nguyện nói rằng: "Chúa là đủ rồi; tôi không cần phải thử thách bản thân."
Sự trong sạch của Đa-ni-ên không đến từ sự hoàn hảo mà từ sự dừng lại. Ông không ở lại để chứng tỏ sức mạnh; ông chạy trốn để bảo vệ giao ước. Đó là sự khác biệt giữa Sam-sôn và Giô-sép. Sam-sôn chần chừ và mất tất cả. Giô-sép chạy trốn và tìm lại được tất cả.

## *Sự phản xạ*

Tôi đang đứng quá gần cánh cửa "vô hại" nào vậy?
Tôi có đang ve vãn một tội lỗi mà tôi nghĩ mình có thể làm được không?
Tôi có nhầm lẫn những dấu hiệu cảnh báo của Chúa với cảm giác tội lỗi mà tôi có thể bỏ qua không?

## *Mang đi / Tuyên bố*

"Cánh cửa mà bạn từ chối mở sẽ trở thành bức tường bảo vệ số phận của bạn."
Hãy nghe tôi, các bạn:
Tội lỗi không bắt đầu từ hành động mà bắt đầu từ sự cho

phép. Nếu bạn giữ gìn ánh mắt, bạn sẽ giữ được ân sủng của mình. Và khi Chúa đóng cánh cửa cho sự trong sạch của bạn, đừng đóng sầm nó lại - hãy cảm ơn Ngài.

# Chương 6 - NHỮNG LỜI NÓI DỐI NHỎ, RÒ RỈ LỚN (Lừa dối và Mất đi sự Chính trực)

## *"Lối tắt của sinh viên"*

Maya là một sinh viên đại học trầm lặng ở Toronto—xuất sắc, kỷ luật và luôn đứng đầu lớp. Bố mẹ cô di cư từ Ấn Độ, chỉ mang theo niềm tin và hy vọng. "Con là tương lai của chúng ta", bố cô thường nói.

Khi học kỳ cuối đến, áp lực càng nặng nề hơn. Điểm số đồng nghĩa với học bổng, học bổng đồng nghĩa với việc được nội trú, và nội trú đồng nghĩa với tương lai của gia đình cô. Cô học hành chăm chỉ, nhưng môn thống kê - môn học duy nhất cô ghét - cứ liên tục làm cô vấp ngã.

Đêm trước kỳ thi, một người bạn cùng lớp nhắn tin cho cô: "Mình vừa nhận được đề thi bị rò rỉ. Chỉ để tham khảo thôi."

Maya sững người. "Chỉ để tham khảo thôi" nghe có vẻ vô hại. Cô tự nhủ: "Mình sẽ xem thử xem sao." Cô tải xuống, đọc qua vài câu hỏi, rồi tự nhủ mình hầu như không nhìn.

Ngày hôm sau, ngồi trong phòng thi, cô nhìn thấy những câu hỏi tương tự được in trên tờ giấy thi của mình. Nỗi hoảng loạn dâng trào trong lồng ngực. Cô viết thật nhanh, làm xong trước, rồi run rẩy bước ra ngoài—không phải vì chiến thắng, mà là vì kinh hãi.

Một tuần sau, cô được gọi đến văn phòng trưởng khoa. Bài luận đã được truy tìm đến máy chủ của bạn cùng lớp, và dấu vết kỹ thuật số của cô đã lộ rõ. Học bổng của Maya bị thu hồi. Cô được cho học lại năm đó, nhưng hồ sơ của cô giờ đây bị ghi là "gian lận học tập".

Đêm đó, cô ngồi trong ký túc xá, nhìn chằm chằm vào hình ảnh phản chiếu của mình. "Chỉ một lời nói dối nhỏ thôi," cô thì thầm, "và toàn bộ sự thật của tôi đã bị phơi bày."

Vài tháng sau, cô bắt đầu làm tình nguyện tại một trung tâm xóa mù chữ cho trẻ em nhập cư. Một buổi chiều nọ, cô nói với một cậu bé 12 tuổi đã gian lận trong bài kiểm tra chính tả: "Con giỏi hơn trò lừa đảo của con đấy." Cô mỉm cười nhẹ, nhận ra cuối cùng mình cũng đang tự nhủ điều tương tự.

## *Gương Kinh Thánh*

Hỡi các bạn, những lời nói dối nhỏ nhặt có thể đánh chìm những con tàu lớn. Jacob đã lừa dối cha mình là Isaac, giả làm Êsau để giành lấy phước lành (Sáng thế ký 27). Suốt nhiều năm, ông chạy trốn khỏi hậu quả. Ông có được danh tiếng, nhưng lại mất đi sự bình an.

A-na-nia và Sa-phi-ra đã bán tài sản và nói dối về lợi nhuận (Công vụ 5). Họ muốn tạo dựng hình ảnh hào phóng nhưng lại không có sự chính trực—và câu chuyện của họ đã kết thúc trong bi kịch.

Hãy nghe tôi, các bạn ạ: sự lừa dối không bắt đầu từ một trái tim độc ác; nó bắt đầu từ một trái tim sợ hãi. Nó tự nhủ: "Điều này không thực sự sai trái - chỉ là cần thiết." Nhưng mỗi nửa sự thật đều dẫn đến hậu quả nghiêm trọng.

Khi nói dối, bạn không chỉ bóp méo sự thật mà còn phá vỡ niềm tin. Lòng tham muốn phần thưởng mà không cần trách nhiệm; ngôn ngữ của nó là sự lừa dối. Nó vi phạm điều răn thứ chín (làm chứng gian) nhưng cũng vi phạm điều răn thứ nhất - bởi vì chúng ta bắt đầu tin vào những mánh khóe của mình hơn là tin vào Chúa.

## *Sự hài lòng và sự tự mãn*

Sự tự mãn nói rằng, "Mọi người đều làm vậy—không có gì to tát." Sự bằng lòng nói rằng, "Tôi thà thất bại trong sự chính trực còn hơn thành công trong sự nhơ nhuốc."
Sự phục hồi của Maya không đến từ sự che giấu, mà từ sự trung thực. Khi cô ấy đối mặt với thất bại, Chúa đã bắt đầu xây dựng lại danh tiếng của cô ấy. Các bạn ơi, thú tội không phải là sự sỉ nhục—mà là sự xây dựng. Sự thật có thể khiến bạn mất mát hôm nay, nhưng nó sẽ đền đáp bạn mãi mãi.

## *Sự phản xạ*

Tôi đã bị cám dỗ "bẻ cong sự thật" để trông tốt hơn ở đâu?
Tôi có coi trọng vẻ bề ngoài hơn tính chân thực không?
Sự chính trực của tôi có giá trị gì đối với tôi, đối với Chúa, đối với những người tin tưởng tôi?

## *Mang đi / Tuyên bố*

"Những lời nói dối nhỏ làm rò rỉ vận mệnh lớn."
Hãy nghe tôi, các bạn:
Sự chính trực giống như oxy - bạn chỉ nhận ra nó khi nó biến mất. Nếu bạn mất danh tiếng, Chúa có thể xây dựng lại nó; nhưng nếu bạn mất sự chính trực, ngay cả thành công cũng ngạt thở. Hãy đứng vững trong sự thật ngay cả khi nó rung chuyển; đó là nền tảng duy nhất không bao giờ sụp đổ.

# Chương 7 - CUỘC ĐUA LÊN ĐỈNH CAO KẾT THÚC Ở DƯỚI ĐÁY (Tham vọng, Kiêu hãnh và Lời kêu gọi Phục vụ)

## *"Ghế Bộ trưởng"*

Kwame Mensah đã mơ ước trở thành nhà lãnh đạo từ nhỏ. Lớn lên ở Accra, anh thường đứng trên ghế và tuyên bố: "Một ngày nào đó tôi sẽ lãnh đạo đất nước này!" Anh học khoa học chính trị, tham gia hội sinh viên, và nhanh chóng nổi tiếng nhờ sự quyến rũ và tầm nhìn xa trông rộng.

Khi cuối cùng bước chân vào chính trường quốc gia, ông như một chú sư tử trẻ - sắc sảo, hùng biện, không gì có thể ngăn cản. Khẩu hiệu tranh cử của ông là "Cùng nhau, chúng ta vươn lên". Nhưng ngay khi nhậm chức, ông đã bắt đầu vươn lên trong khi mọi người khác đều cúi mình.

Quyền lực khiến ông say đắm. Lần đầu tiên ra lệnh và thấy nó được tuân thủ ngay lập tức, một điều gì đó bên trong ông thì thầm, "Ngươi xứng đáng với điều này." Chẳng mấy chốc, mọi cuộc họp đều xoay quanh lòng trung thành chứ không phải sự lãnh đạo; tiếng vỗ tay chứ không phải trách nhiệm. Ông bắt đầu cạnh tranh với các bộ trưởng đồng cấp - khoe khoang về những dự án lớn hơn, những thành tựu vang dội hơn, và những đoàn xe dài hơn.

Một ngày nọ, tại một hội nghị quốc gia, Kwame đã có một bài phát biểu đầy nhiệt huyết về sự đoàn kết. Đám đông reo hò, máy ảnh chớp nháy, và các cố vấn của ông gọi đó là "lịch sử". Nhưng khi bước xuống sân khấu, ông nhìn thấy một

người lao công lớn tuổi đang cố gắng đẩy một xô lau nhà qua sảnh. Người đàn ông trượt chân, và nước bẩn bắn tung tóe lên đôi giày bóng loáng của Kwame.
Cơn giận dữ dâng lên tận xương tủy. "Ông có biết tôi là ai không?" ông quát.
Ông lão chỉ cúi đầu và đáp: "Vâng, thưa ngài. Ông là người được Chúa tin tưởng giao phó mạng sống của mọi người."
Câu nói ấy như sét đánh ngang tai.

Đêm đó, Kwame không tài nào ngủ được. Ông lại nhìn thấy khuôn mặt của những người nghèo mà ông từng hứa sẽ phục vụ—và nhận ra mình đã chạy đua lên đỉnh cao trong khi cả nước vẫn ở dưới đáy. Ông quỳ xuống bên giường và cầu nguyện: "Lạy Chúa, xin hãy làm cho con nhỏ bé hơn để con có thể phục vụ trở lại."
Vài tuần sau, ông lặng lẽ khởi động sáng kiến nước sạch nông thôn - không phải để gây chú ý, mà là để chữa lành.
Ông bắt đầu đến thăm các làng mạc mà không báo trước, rửa chân cho trẻ em như một biểu tượng của sự tận tụy.
Nhân viên của ông nói rằng ông đã "thay đổi", nhưng sự thật là, cuối cùng ông đã trở lại.

## *Gương Kinh Thánh*

Thưa các bạn, tham vọng không phải là xấu; tham vọng ích kỷ mới là xấu. Hai môn đồ Gia-cơ và Giăng đã từng đến với Chúa Giê-su và cầu xin: "Xin cho chúng con được ngồi bên phải và bên trái Ngài trong vinh quang." (Mác 10:35–37)
Chúa Giê-su không khiển trách lòng khao khát sự vĩ đại của họ—Ngài đã định nghĩa lại điều đó: "Ai muốn làm lớn thì phải làm người phục vụ."
Lucifer sa ngã không phải vì hắn thiếu tài năng mà vì hắn thèm khát ngai vàng. Hắn muốn vươn lên cao hơn Chúa thay

vì phản chiếu Ngài. Cuộc đua lên đỉnh cao của hắn đã kết thúc ở dưới đáy—mãi mãi.
Hãy nghe tôi, hỡi các bạn: mỗi khi tham vọng trở nên ích kỷ, lòng kiêu ngạo sẽ thay thế mục đích. Lòng tham không chỉ khao khát của cải; nó còn khao khát địa vị. Nó vi phạm điều răn thứ nhất (thần tượng hóa bản thân) và điều răn thứ mười (ham muốn những gì thuộc về người khác).
Giống như David với Bathsheba và Ahab với Naboth, khi bạn mong muốn những điều không được chỉ định cho mình, bạn ngừng cai trị theo tiếng gọi và bắt đầu cai trị theo lòng thèm muốn—và đó là lúc vương quốc sụp đổ.

## *Sự hài lòng và sự tự mãn*

Sự tự mãn nói rằng, "Hãy để người khác lãnh đạo; tôi không cần làm gì cả." Tham vọng ích kỷ nói rằng, "Không ai có thể lãnh đạo ngoài tôi." Sự bằng lòng nói rằng, "Tôi sẽ lãnh đạo khi nào, ở đâu và bằng cách nào Chúa yêu cầu tôi—và khi Ngài nói đủ rồi, tôi sẽ từ chức một cách nhẹ nhàng."
Kwame khám phá ra rằng lãnh đạo không phải là một cái thang; mà là một bàn thờ. Bạn không leo lên nó - bạn quỳ gối trên đó. Khi ông đổi sự tán thưởng lấy trách nhiệm, ông trở nên mạnh mẽ hơn nhờ sự khiêm nhường hơn là sự kiêu ngạo.

## *Sự phản xạ*

Tôi phục vụ mọi người hay tôi thầm mong họ phục vụ tôi?
Có phải ơn gọi của tôi đã trở thành một cuộc cạnh tranh?
Liệu tôi có còn làm những gì tôi đang làm nếu không ai để ý không?

## *Mang đi / Tuyên bố*

"Nếu bạn tự mình leo lên đỉnh cao, bạn sẽ ngã; nhưng nếu bạn quỳ xuống để leo lên, bạn sẽ đứng dậy."
Hãy nghe tôi, các bạn:
Trong vương quốc của Chúa, vương miện được làm bằng khăn tắm. Mọi nhà lãnh đạo trước hết là một người hầu, và mọi ngai vàng trước hết là một cây thập tự. Khi bạn biến sự khiêm nhường thành tham vọng của mình, Chúa sẽ biến sự vĩ đại thành cơ nghiệp của bạn.

# Chương 8 - NHỮNG VẬT SÁNG BỊ GỈ SÉT (Chủ nghĩa duy vật và hành trình tìm kiếm sự giàu có về tinh thần)

## *"Ảo tưởng của người có sức ảnh hưởng"*

Amira sống ở Dubai, một thành phố của thủy tinh và lấp lánh. Cô là một người có sức ảnh hưởng về phong cách sống với nửa triệu người theo dõi và một khuôn mặt dường như lúc nào cũng rạng rỡ. Thế giới trực tuyến của cô thật hoàn hảo - túi xách hàng hiệu, tiệc brunch trên sân thượng, ảnh tự sướng hoàng hôn bên hồ bơi vô cực. "Sống trong mơ", cô thường chú thích.

Nhưng khi không online, tiền thuê nhà đã quá hạn, thẻ tín dụng đã hết hạn mức, và nụ cười của cô thường gượng gạo. Mỗi lượt thích chỉ khiến cô lâng lâng năm giây trước khi nỗi lo lắng ập đến. Khi một người hâm mộ nhận ra cô ở trung tâm thương mại và nói, "Bạn thật may mắn - bạn chắc hẳn là người phụ nữ hạnh phúc nhất thế giới", Amira cười lịch sự và xin phép đi vào nhà vệ sinh - nơi cô khóa cửa và khóc. Cô đã dành nhiều năm cố gắng mua lấy cảm giác thuộc về. Sự trống rỗng mà cô từng cầu nguyện giờ đã biến thành một kế hoạch kinh doanh.

Rồi một buổi chiều nọ, khi đang chụp một "bài đăng tri ân", máy ảnh của cô hết pin. Bực bội, cô lang thang vào một nhà thờ cũ gần đó để sạc điện thoại. Một dàn hợp xướng nhỏ đang tập luyện. Không micro, không khán giả—chỉ có những giọng hát mộc mạc ngân vang bài "It Is Well with My Soul".

Có điều gì đó vỡ vụn trong lòng cô. Cô ngồi lặng lẽ và khóc - ban đầu là vì nhẹ nhõm, sau đó là vì hối hận. Tối hôm đó, cô chẳng đăng bài gì cả. Lần đầu tiên, cô ngắm hoàng hôn mà không ghi lại.

Vài tuần sau, cô bắt đầu làm tình nguyện tại một nơi trú ẩn cho phụ nữ gặp khủng hoảng, chụp ảnh không phải để kiếm lượt thích mà để nâng cao nhận thức. Những bài đăng mới của cô có ít người theo dõi hơn nhưng lại chân thực hơn. Chú thích của cô một ngày nọ chỉ đơn giản là: "Tôi từng theo đuổi những thứ hào nhoáng—cho đến khi tôi tìm thấy ánh sáng không bao giờ lụi tàn."

## *Gương Kinh Thánh*

Các bạn ơi, Chúa Giê-su đã phán: “Các ngươi chớ tích trữ cho mình của cải ở dưới đất, là nơi có mối mọt và rỉ sét làm hư nát.” (Ma-thi-ơ 6:19) Ngài không lên án sự thành công; Ngài đang đối mặt với tình trạng nô lệ cho nó.

Người thanh niên giàu có đã giữ tất cả các điều răn—trừ điều răn đầu tiên. Anh ta rời xa Chúa Giê-su không phải vì anh ta thiếu đức tin, mà vì anh ta không thể buông bỏ vận may. Của cải đã chiếm hữu anh ta.

A-háp muốn vườn nho của Na-bốt; Đa-vít muốn vợ của người khác. Mỗi người đều đã có dư dả, nhưng lòng họ lại thầm thì: “Thêm nữa”. Chủ nghĩa vật chất bắt đầu nơi lòng biết ơn kết thúc. Nó không chỉ vi phạm điều răn thứ mười (tham lam) mà còn cả điều răn thứ nhất (thờ ngẫu tượng), bởi vì tiền bạc trở thành một vị thần đòi hỏi sự thờ phượng bằng nỗi lo lắng.

Hãy nghe tôi nói này các bạn: mối nguy hiểm không phải ở việc sở hữu đồ vật mà là khi đồ vật bắt đầu sở hữu bạn.

## *Sự hài lòng và sự tự mãn*

Sự tự mãn nói rằng, "Tôi không cần phải phát triển - Tôi ổn trong vùng an toàn của mình." Chủ nghĩa vật chất nói rằng, "Tôi chỉ hạnh phúc khi có được nhiều hơn." Sự bằng lòng nói rằng, "Tôi sẽ phát triển, nhưng tôi sẽ không tôn thờ sự phát triển. Tôi sẽ thịnh vượng, nhưng tôi sẽ không để sự thịnh vượng chiếm hữu mình."
Amira học được rằng hòa bình không phải là một sản phẩm. Cô vẫn làm việc trong ngành truyền thông, nhưng giờ đây mục đích sống của cô đã thay đổi - từ việc bán sự hoàn hảo sang nói lên sự thật. Đó chính là tác dụng của sự hài lòng - nó cứu vãn tham vọng mà không làm mất đi khát vọng.

## *Sự phản xạ*

Tôi đã theo đuổi điều gì mà liên tục vượt qua sự bình yên của mình?
Tôi có nhầm lẫn giữa sự xa hoa và niềm vui không?
Tài sản của tôi phục vụ mục đích của tôi hay tôi phục vụ chúng?

## *Mang đi / Tuyên bố*

"Những thứ lấp lánh của thế gian này sẽ bị gỉ sét, nhưng một tấm lòng biết ơn sẽ không bao giờ bị hoen ố."
Hãy nghe tôi, các bạn:
Xe của bạn có thể phai màu, quần áo của bạn có thể rách, tài khoản của bạn có thể sụp đổ—nhưng lòng biết ơn không bao giờ mất giá. Khi bạn ngừng theo đuổi những gì lấp lánh, Chúa sẽ bắt đầu ban tặng những gì tỏa sáng. Hãy tìm kiếm những kho báu mà bão tố không thể đánh cắp và rỉ sét không thể chạm tới.

# Chương 9 - NHỮNG DÂY CHỈ KÈM THEO (Sự thao túng, Kiểm soát và Học cách Tin tưởng vào Thời điểm của Chúa)

## *"Cái bắt tay của người vận động hành lang"*

Ở Washington D.C., chính trị là sân khấu, và quyền lực là tấm vé. Eleanor James hiểu rõ điều này. Bà là một chiến lược gia đang lên - một người phụ nữ có thể đọc vị tình hình, đảo ngược quyết định, và tạo ra những thỏa thuận sống mãi với thời gian. Phương châm của bà là: "Ai cũng có giá của nó. Hãy tìm ra nó."

Bà bắt đầu sự nghiệp với tư cách là một tình nguyện viên vận động tranh cử với những ước mơ cao cả về cải cách. Nhưng sau nhiều năm thỏa thuận ngầm và những lời hứa suông, bà đã học được một quy tắc ngầm: "Nếu không thể kiểm soát người khác, hãy gây ảnh hưởng đến họ; nếu không thể gây ảnh hưởng đến họ, hãy sở hữu họ."

Ở độ tuổi ngoài ba mươi, Eleanor là một trong những nhà vận động hành lang được săn đón nhất thủ đô. Nụ cười của bà có thể mở ra nhiều cánh cửa, tên tuổi của bà có thể đảm bảo các cuộc gặp gỡ, và tầm ảnh hưởng của bà như những sợi dây vô hình trải dài khắp các nghị sĩ, nhà báo và giám đốc điều hành. Thế giới gọi đó là kết nối. Thiên đường gọi đó là thao túng.

Rồi đến Thượng nghị sĩ Blake - một người đàn ông mà cô không thể kiểm soát. Ông ấy trung thực, thực tế và không dễ bị mua chuộc. Khi cô thử những chiến thuật thường dùng, ông nhìn thẳng vào mắt cô và nói, "Cô James, ảnh hưởng được xây dựng dựa trên nỗi sợ hãi hoặc sự ưu ái sẽ luôn sụp đổ khi sự thật xuất hiện."

Đêm đó, lời anh ấy vang vọng trong đầu cô. Cô nhớ lại lời cầu nguyện đầu tiên của mình khi còn là một thực tập sinh trẻ: "Lạy Chúa, xin hãy dùng con để soi sáng những nơi tăm tối." Đâu đó trên đường đi, cô đã từng đổi đèn lấy cần gạt.

Vài tuần sau, một trong những thỏa thuận của bà đã phản tác dụng. Một email bị rò rỉ tiết lộ bà đã thao túng luật pháp để trục lợi cá nhân. Chỉ sau một đêm, danh tiếng của bà sụp đổ. Các tít báo gọi bà là "Nữ hoàng Kiểm soát". Bạn bè biến mất. Điện thoại của bà ngừng đổ chuông.

Trong sự im lặng bao trùm, Eleanor ngồi một mình trong căn hộ ở Georgetown và thì thầm trong nước mắt: "Chúa ơi, con mệt mỏi vì phải níu giữ những sợi dây. Hãy dạy con biết buông bỏ."

Vài tháng sau, cô bắt đầu làm tình nguyện viên cho một tổ chức phi lợi nhuận nhỏ giúp phụ nữ thoát khỏi các mạng lưới tham nhũng chính trị. Ở đó, cô học được rằng sức ảnh hưởng thực sự không phải là giật dây—mà là gỡ bỏ gánh nặng. Cô đã đánh đổi bộ đồ quyền lực để lấy sự khiêm nhường, và tìm thấy sự bình yên mà không một thỏa thuận nào có thể mua được.

## *Gương Kinh Thánh*

Các bạn ơi, sự thao túng là đức tin giả tạo—đó là nỗ lực ép buộc những gì Chúa đã ban cho một cách tự do vào thời điểm của Ngài.

Sarah đã làm điều đó khi bà gả Hagar cho Abraham, cố gắng "giúp" Chúa thực hiện lời hứa của Ngài (Sáng Thế Ký 16). Hậu quả là gì? Đau khổ, chia rẽ, và căng thẳng giữa các thế hệ. Jacob đã làm điều đó khi ông cải trang để đánh cắp phước lành của Ê-sau (Sáng Thế Ký 27). Ông giành được quyền trưởng nam nhưng lại mất nhà. Ghê-ha-xi cũng làm điều đó khi ông chạy theo lễ vật của Na-a-man (2 Các Vua 5)—và đánh mất sự trong sạch của mình vì bệnh phong. Mỗi người đều tin rằng họ có thể đẩy nhanh vận mệnh. Mỗi người đều nhận ra rằng kiểm soát luôn phải trả giá bằng hòa bình.

Hãy nghe tôi, các bạn ạ: sự thao túng phá vỡ nhiều hơn cả lòng tin—nó phá vỡ điều răn thứ nhất. Tại sao? Bởi vì nó đặt bạn lên ngai vàng của Chúa, tin rằng con đường của bạn khôn ngoan hơn, nhanh hơn, an toàn hơn. Nhưng không một số phận nào được xây dựng bởi sự lừa dối có thể tồn tại trước sức nặng của mục đích thiêng liêng.

## *Sự hài lòng và sự tự mãn*

Sự tự mãn nói rằng, "Tôi sẽ chỉ chờ đợi và không làm gì cả." Sự thỏa mãn nói rằng, "Tôi sẽ làm điều đúng đắn và tin cậy Chúa về kết quả."

Khi Eleanor buông bỏ quyền kiểm soát, cô không trở nên thụ động—mà trở nên bình yên. Cô học được rằng vâng lời không phải là thụ động; đó là hình thức hành động cao nhất. Chờ đợi không phải là yếu đuối khi được thực hiện trong đức tin.

## *Sự phản xạ*

Tôi có đang cố gắng làm điều gì đó thay vì tin cậy Chúa sẽ thực hiện không?

Tôi sử dụng ảnh hưởng để ban phước hay để ràng buộc?
Điều gì sẽ thay đổi nếu tôi tin rằng thời điểm của Chúa vẫn hoàn hảo?

## *Mang đi / Tuyên bố*

"Khi bạn ngừng kéo dây, Chúa sẽ bắt đầu tạo nên phép màu."
Hãy nghe tôi, các bạn ạ:
Nhu cầu kiểm soát là bằng chứng cho thấy bạn đã ngừng tin tưởng. Hãy buông bỏ những sợi dây ràng buộc. Hãy để Chúa là người chỉ đạo chiến lược. Bởi vì khi Ngài mở ra một cánh cửa, bạn sẽ không cần một thỏa thuận - bạn chỉ cần sự vâng lời.

# Chương 10 - VƯỜN NHO KHÔNG PHẢI CỦA BẠN (Áp bức, Bất công và Cái giá của sự thèm muốn quyền lực)

## *"Người nông dân và Thống đốc"*

Ở miền bắc Nigeria, một người nông dân khiêm tốn tên là Mallam Yusuf sở hữu một vườn nho - tài sản thừa kế của cha ông. Ông chẳng có gì nhiều: một ngôi nhà lợp tôn, một con lừa, và ba đứa con giúp ông tưới nước cho vườn nho. Nhưng mỗi mùa thu hoạch, Yusuf lại quỳ xuống đất và thì thầm: "Lạy Chúa, cảm ơn Người đã ban cho mảnh đất này. Nó có thể nhỏ bé, nhưng nó là của con."

Năm đó, một thống đốc mới được bầu lên - một người đàn ông lôi cuốn tên là Tù trưởng Adewale, nổi tiếng với những dự án lớn và những lời hứa hẹn còn hoành tráng hơn. Ông yêu thích sự xa hoa và muốn đất nước mình trông giống như Dubai. Khi đoàn tùy tùng của ông lái xe ngang qua vườn nho của Yusuf, ông nói: "Đó là mảnh đất hoàn hảo cho khu nghỉ dưỡng mới của tôi. Hãy lấy giấy tờ sở hữu cho tôi."

Khi Yusuf từ chối bán - nói rằng đó là đất của tổ tiên - vị thống đốc mỉm cười và nói, "Mọi thứ đều có giá của nó." Nhưng câu trả lời của Yusuf rất đơn giản: "Thưa ngài, ngài có thể lấy công sức của tôi, nhưng không thể lấy phước lành của cha tôi."

Chỉ trong vài tuần, các đặc vụ chính phủ đã xuất hiện với các tài liệu khẳng định "quyền phát triển công cộng". Yusuf bị đẩy ra khỏi khu đất. Xe ủi đất ập vào. Những cây nho bị đè bẹp dưới lớp bê tông.

Vài tháng sau, dự án của thống đốc được khởi động rầm rộ, nhưng chẳng bao lâu sau, những điều kỳ lạ bắt đầu xảy ra—bê bối tài chính, tường đổ, nhà đầu tư bỏ đi. Cuối năm, khu nghỉ dưỡng bị bỏ hoang, cánh cổng hoen gỉ dưới cơn gió Harmantan.

Yusuf, giờ sống với họ hàng, vẫn đi ngang qua cánh đồng cũ của mình để cầu nguyện. "Lạy Chúa," ông nói nhỏ, "con tha thứ cho anh ấy. Nhưng xin hãy nhắc nhở những kẻ kiêu ngạo rằng những gì Chúa không ban cho, họ không thể giữ được."

## *Gương Kinh Thánh*

Thưa các bạn, câu chuyện này đã có từ thời 1 Các Vua 21. A-háp muốn chiếm vườn nho của Na-bốt. Na-bốt từ chối và nói: "Nguyện Đức Giê-hô-va ngăn cản tôi nhượng lại cho ngài phần gia tài của tổ tiên tôi!" A-háp hờn dỗi cho đến khi Giê-sa-bên âm mưu, nói dối và giết người để chiếm đoạt nó. Nhưng tiên tri Ê-li đã đứng trước mặt A-háp và tuyên bố: "Ngươi đã giết người và chiếm đoạt rồi sao?"

Sự phán xét của Chúa thật nhanh chóng: chính những con chó đã liếm máu Naboth cũng sẽ liếm máu Ahab. Vườn nho trở thành nghĩa địa cho lòng tham.

Hãy nghe tôi, hỡi các bạn: lòng tham không chỉ là ham muốn vật chất—mà là ham muốn quyền lực không thuộc về mình. Mọi nhà lãnh đạo tham nhũng, mọi ông chủ xảo quyệt, mọi đối thủ ghen tị đều đang tái hiện bi kịch của A-háp: chiếm đoạt những gì thuộc về người khác trong khi đánh mất những gì thuộc về họ—ân huệ của Chúa.

Lòng tham không chỉ dừng lại ở tài sản; nó còn kết thúc bằng sự trừng phạt.

## *Sự hài lòng và sự tự mãn*

Sự tự mãn nói rằng, "Tôi sẽ không bao giờ đấu tranh cho điều đúng đắn." Sự bằng lòng nói rằng, "Tôi sẽ tôn trọng những gì Chúa đã ban cho tôi và bảo vệ nó bằng sự chính trực."
Yusuf không thụ động; ông sống có nguyên tắc. Ông từ chối bán hòa bình để kiếm lời. Khi chúng ta học cách bảo vệ vườn nho của mình - sự chính trực, tiếng gọi, và gia đình - chúng ta sẽ thu hút được phước lành mà không ai có thể phá hủy.

## *Sự phản xạ*

Tôi có đang với tới thứ gì đó thuộc về người khác không?
Tôi có biện minh cho sự bất công vì nó có lợi cho tôi không?
Làm sao tôi có thể bảo vệ sự thật mà không trở nên cay đắng?

## *Mang đi / Tuyên bố*

"Nếu không phải do Chúa ban cho, bạn không thể giữ nó bằng lòng tham."
Hãy nghe tôi, các bạn:
Đừng bao giờ ghen tị với vườn nho của người khác; hãy trồng vườn nho của mình bằng đức tin. Trái ngọt của sự trung thực sẽ tồn tại lâu hơn bữa tiệc tham nhũng. Và mảnh đất mà bạn gìn giữ với lòng biết ơn một ngày nào đó sẽ nuôi sống nhiều thế hệ.

# Chương 11 - ÂM THANH CỦA TRÁI TIM VÔ ƠN (Vô ơn, Thờ phượng và Sự im lặng của Thiên đường)

## *"Đội Thờ Phượng Đã Quên Lý Do"*

Tại São Paulo, một nhà thờ sôi động mang tên Casa de Luz đã tăng từ năm mươi thành viên lên hàng ngàn chỉ trong vài năm. Đội ngũ thờ phượng của họ nổi tiếng với ánh sáng, hòa âm, thánh ca tràn ngập YouTube và các lễ hội trên khắp Brazil.

Trung tâm là Rafael, một nghệ sĩ guitar tài năng kiêm người dẫn chương trình thờ phượng. Anh ấy yêu Chúa sâu sắc, nhưng khi đám đông ngày càng đông, một điều gì đó tinh tế bắt đầu thay đổi. Buổi tập của đội trở thành buổi tập cho cuộc thi. Mỗi bài hát mới đều được đánh giá dựa trên số lượt xem trực tuyến. Họ không còn hát cho thiên đàng nữa—họ đang biểu diễn cho trái đất.

Một sáng Chủ nhật nọ, khi đang chủ trì một buổi lễ được phát sóng trên khắp châu Mỹ Latinh, hệ thống âm thanh đột nhiên hỏng. Micro chết, nhạc cụ tắt tiếng, và hàng ngàn người nhìn chằm chằm trong im lặng khó xử.

Rafael cứng người. Cơn hoảng loạn ập đến. Nhưng rồi, từ đâu đó phía sau, một bà cụ bắt đầu hát khe khẽ—lạc điệu, nhưng đầy nhiệt huyết:

"Senhor, Tu és bom , eo Teu amor dura para sempre…"

(Lạy Chúa, Chúa thật tốt lành và tình yêu của Chúa tồn tại mãi mãi.)

Chẳng mấy chốc, những người khác cũng tham gia. Giáo đoàn trở thành dàn hợp xướng. Nước mắt lưng tròng, tay giơ lên không nhịp điệu hay âm trầm. Thật thô sơ, chưa trau chuốt—và thánh thiện.

Sau buổi lễ, Rafael ngồi ở hậu trường và thì thầm: "Chúng ta đã mất đi âm nhạc nhưng lại tìm thấy sự thờ phượng." Anh nhận ra rằng lòng biết ơn đã rời xa từ lâu trước khi micro hỏng; Chúa chỉ sử dụng sự im lặng để thể hiện điều đó.

Hôm đó, ông tập hợp đội của mình lại và nói: "Chúng ta sẽ ngừng hát để được chấp thuận. Chúng ta sẽ hát vì Ngài vẫn ban cho chúng ta hơi thở."

## *Gương Kinh Thánh*

Các bạn ơi, khi lòng biết ơn rời khỏi trái tim, sự thờ phượng sẽ mất đi âm thanh.

Trong Luca 17, mười người phong hủi đã kêu cầu lòng thương xót. Chúa Giê-su chữa lành tất cả, nhưng chỉ có một người quay lại tạ ơn—và người ấy nhận được nhiều hơn cả sự chữa lành; người ấy nhận được sự trọn vẹn. Chín người nhận được phép lạ; một người nhận được Đấng Cứu Thế.

Dân Israel cũng biết rõ điều này. Thiên Chúa đã rẽ biển, thả manna xuống, và khiến nước chảy ra từ tảng đá—nhưng họ vẫn càu nhàu, nói rằng: "Chúng tôi nhớ Ai Cập." Sự vô ơn đã làm tắt tiếng ngợi khen và trì hoãn lời hứa của họ.

Hãy nghe tôi, hỡi các bạn: khi chúng ta ngừng tạ ơn, chúng ta bắt đầu chìm xuống. Lòng biết ơn không phải là phép lịch sự - mà là cuộc chiến tâm linh. Nó giữ cho trái tim mềm mại, bầu trời rộng mở, và tâm hồn hòa nhịp với giai điệu của Chúa.

Lòng tham nói rằng: "Tôi muốn nhiều hơn."

Lòng vô ơn nói rằng: "Những gì tôi có là không đủ." Cả hai đều hạ bệ Chúa và tôn vinh bản thân. Đó là lý do tại sao sự vô ơn không chỉ vi phạm điều răn thứ mười, mà còn vi phạm cả điều răn thứ nhất.

## *Sự hài lòng và sự tự mãn*

Sự tự mãn nói rằng, "Ít nhất chúng ta cũng đang làm điều gì đó." Sự hài lòng nói rằng, "Hãy nhớ lý do tại sao chúng ta đang làm điều đó."
Sự hồi sinh của Rafael không đến từ danh vọng hay ánh hào quang—mà đến từ sự im lặng và khiêm nhường. Khi lòng biết ơn trở lại, vinh quang sẽ theo sau. Chúa không cần sự hoàn hảo; Ngài cần tư thế—những trái tim cúi mình kính sợ, chứ không phải cái tôi chạy theo tiếng vỗ tay.

## *Sự phản xạ*

Tôi có biến sự thờ phượng thành sự biểu diễn không?
Tôi tôn vinh Chúa vì Ngài là chính Ngài, hay chỉ vì những gì Ngài ban cho?
Lần cuối cùng tôi cảm ơn Ngài vì những điều tôi đã cầu nguyện là khi nào?

## *Mang đi / Tuyên bố*

"Lòng biết ơn biến tiếng ồn thành sự tôn thờ; lòng vô ơn biến sự tôn thờ thành tiếng ồn."
Hãy nghe tôi, các bạn:
Thiên đường vẫn đáp lại những trái tim biết ơn. Nếu bạn đã mất đi bài hát của mình, hãy bắt đầu bằng cách nói lời cảm ơn. Bởi vì lòng biết ơn không chỉ lấp đầy không khí mà còn lấp đầy cả phòng ngai vàng.

# Chương 12 - CHẠY NHƯNG KHÔNG ĐI ĐẾN ĐÂU (Bồn chồn, Bận rộn và Món quà Bình an)

## *"Người kỹ sư quên thở"*

Kenji là một kỹ sư robot ở Tokyo—tài giỏi, kỷ luật và được kính trọng. Ở tuổi 29, anh làm việc cho một trong những tập đoàn công nghệ hàng đầu Nhật Bản, phát triển AI hình người được thiết kế để "giúp cuộc sống dễ dàng hơn". Trớ trêu thay, cuộc sống của anh ngày càng khó khăn hơn.

Anh thức dậy lúc 5 giờ sáng, đi làm hai tiếng, làm việc mười bốn tiếng và trở về nhà sau nửa đêm. Tủ lạnh đầy ắp nước tăng lực, căn hộ đầy thư chưa mở. Anh đã không nói chuyện với bố mẹ hàng tháng trời; cuốn Kinh Thánh phủ bụi bên cạnh chiếc laptop lập trình.

Khi đồng nghiệp hỏi tại sao ông lại làm việc chăm chỉ như vậy, ông chỉ mỉm cười và nói: "Nếu tôi không làm vậy, người khác sẽ vượt qua tôi". Ông không theo đuổi sự thăng tiến mà đang chạy trốn khỏi sự lạc lõng.

Một đêm nọ, sau bốn mươi tiếng đồng hồ liên tục làm việc cho một dự án đúng hạn, Kenji ngất xỉu trên bàn làm việc. Khi anh tỉnh dậy trên giường bệnh, một y tá nhẹ nhàng nói với anh: "Anh chỉ ngủ có ba tiếng mỗi đêm suốt mấy tuần nay. Cơ thể anh đã suy sụp trước cả khi sự nghiệp của anh bắt đầu."

Nằm đó, tay đeo ống truyền dịch, Kenji nhìn chằm chằm lên trần nhà và thì thầm: "Chúa ơi, con đang làm gì thế này? Con đã chế tạo ra những cỗ máy không biết mệt mỏi—nhưng giờ con đã trở thành một cỗ máy như vậy rồi."

Tuần sau, ông xin nghỉ phép. Ông bắt đầu đi bộ qua Công viên Ueno mỗi sáng, lắng nghe tiếng chim hót thay vì tiếng thông báo. Một hôm, ông thấy một ông lão đang cho chim bồ câu ăn và ngân nga một bài thánh ca:

"Hỡi linh hồn ta, hãy yên lặng: Đức Giê-hô-va ở cùng ngươi."

Kenji ngồi xuống bên cạnh ông và hỏi: "Làm sao ông có thể sống bình thản như vậy giữa thế giới hối hả này?"

Ông lão mỉm cười. "Tôi đã ngừng cố gắng chạy trước Chúa rồi."

Ngày hôm đó, Kenji không tìm ra ý tưởng mới cho ngành robot mà anh tìm thấy nhịp điệu mới cho cuộc sống.

## *Gương Kinh Thánh*

Thưa các bạn, sự bồn chồn không phải là năng suất—mà là bản sắc bị đặt sai chỗ. Martha đã học được điều đó khi bà phàn nàn về việc Mary ngồi dưới chân Chúa Giê-su (Lu-ca 10:38–42). Chúa Giê-su đáp: "Martha, con lo lắng và bối rối về nhiều chuyện, nhưng chỉ có một việc cần mà thôi."

Cain, bồn chồn sau khi giết Abel, trở thành kẻ lang thang trên đất. Vua Saul, chìm đắm trong bất an, đã đuổi theo David thay vì theo đuổi Chúa. Ngay cả Phi-e-rơ, sau khi thất bại trước Chúa Giê-su, cũng nói: "Tôi đi đánh cá đây." Ông trở lại với công việc mà không có sứ mệnh nào—cho đến khi Chúa Giê-su gặp lại ông trong sự bình an.

Hãy nghe tôi này, các bạn: bận rộn không phải lúc nào cũng đồng nghĩa với sự vâng lời. Bạn có thể đang di chuyển nhanh mà vẫn xa rời mục đích. Bạn có thể đang làm việc cho Chúa mà vẫn chưa bước đi cùng Ngài.

Sự bồn chồn vi phạm điều răn thứ nhất—nó biến công việc thành thần của bạn. Nó nói rằng, "Nếu tôi dừng lại, mọi thứ sẽ sụp đổ." Nhưng sự bình an nói rằng, "Nếu tôi dừng lại, Chúa sẽ giữ tất cả lại với nhau."

## *Sự hài lòng và sự tự mãn*

Sự tự mãn nói rằng, "Tôi sẽ ngừng quan tâm." Sự bằng lòng nói rằng, "Tôi sẽ nghỉ ngơi trong sự chăm sóc của Ngài." Kenji không từ bỏ tham vọng—ông đã định nghĩa lại nó. Ông học được rằng ngày Sa-bát không phải là một ngày—mà là một tư thế. Đó là tin tưởng rằng ngay cả khi bạn nghỉ ngơi, thiên đàng vẫn đang vận hành.

Sự thỏa lòng theo ý Chúa không giết chết động lực; nó cứu rỗi phương hướng. Nó dạy bạn bước đi với sự duyên dáng, chứ không phải với mặc cảm tội lỗi.

## *Sự phản xạ*

Tôi đang làm việc vì hòa bình hay làm việc vì hòa bình?
Tôi có nhầm lẫn giữa kiệt sức và sự xuất sắc không?
Lần cuối cùng tôi chậm lại để ở bên Chúa chứ không làm vì Ngài là khi nào?

## *Mang đi / Tuyên bố*

"Nếu ma quỷ không thể khiến bạn phạm tội, nó sẽ khiến bạn bận rộn."

Hãy nghe tôi, các bạn:

Sự bình an của Chúa không phải là sự vắng mặt của hoạt động—mà là sự hiện diện của sự cân bằng. Hãy chậm lại cho đến khi nhịp tim của bạn hòa nhịp với thiên đàng. Bởi vì đôi khi, cách nhanh nhất để tiến về phía trước là cuối cùng dừng chạy.

# Chương 13 - NGÔI TRÁI TIM (Sự thờ ngẫu tượng, sự thỏa mãn và cuộc chiến nội tâm)

## *"Vị Mục sư Mất Mối Tình Đầu"*

Tại Atlanta, Mục sư Michael điều hành một nhà thờ đang phát triển nhanh chóng. Mọi chuyện bắt đầu một cách lặng lẽ - trong phòng khách của ông, với mười lăm người, những buổi thờ phượng giản dị, những bài giảng chân trần, và một trái tim cháy bỏng lời cầu nguyện. Ông dễ dàng khóc trước sự hiện diện của Chúa, thăm viếng người bệnh và chăn dắt đàn chiên của mình như một người chăn chiên cảm nhận từng nhịp đập của trái tim.

Nhưng khi nhà thờ phát triển, tiếng ồn cũng tăng theo.

Đèn. Xây dựng thương hiệu. Phát trực tiếp. Thư mời. Ưu đãi sách. Hội nghị. Camera. Mở rộng nhiều địa điểm.

Chức vụ thì mở rộng, nhưng lòng ông thì co lại.

Một ngày nọ, tại một hội nghị mục sư lớn, một đồng nghiệp đã giới thiệu anh với một mục sư nổi tiếng - người có nhà thờ vừa vượt qua con số năm mươi nghìn thành viên.

"Đó là mức độ mà tất cả chúng ta đều tin tưởng", người bạn nói.

Michael mỉm cười lịch sự, nhưng có điều gì đó đang vặn vẹo bên trong - **một hạt giống ghen tị được ngụy trang dưới dạng "nguồn cảm hứng thiêng liêng".**

Sự thay đổi ban đầu khá tinh tế.

Bài giảng của ông ngắn gọn hơn về Kinh Thánh, dài hơn về chiến lược.

Nhiều hơn về ảnh hưởng, ít hơn về sự thân mật. Nhiều hơn về số liệu, ít hơn về lòng thương xót. Nhiều hơn về sự hiện diện trên sân khấu, ít hơn về những lời cầu nguyện thầm kín.

Một buổi tối nọ, sau một sự kiện phát sóng quan trọng, anh ở lại thánh đường trống trải. Máy quay phim rền rĩ như những nhân chứng thầm lặng. Michael quỳ xuống đúng nơi anh đã khánh thành nhà thờ mười năm trước.

"Lạy Chúa… chuyện gì đã xảy ra với con vậy?"

Không có sấm sét.

Không có giọng nói. Chỉ còn là ký ức.

Một chàng trai trẻ chân trần, khóc trong lúc cầu nguyện, thì thầm:

"Lạy Chúa Giêsu… ngay cả khi không ai biết danh con, xin cho họ biết danh Ngài."

Nước mắt trào ra. Ông cởi đôi giày đắt tiền, cởi áo vest, đặt lên bục giảng như một chiếc vương miện đầu hàng, và thì thầm:

"Chúa ơi… Ngài có thể lấy lại Hội thánh **của Ngài** ."

Chủ Nhật tuần sau, ông thuyết giảng mà không cần đèn, không cần nhà tài trợ, không cần livestream.

Chỉ có sự ăn năn. Chỉ có sự thật. Chỉ có Chúa Jesus.

Mọi người khóc.

Một số bỏ đi. Phần lớn ở lại. Nhà thờ trở nên nhỏ hơn—nhưng sâu sắc hơn. Yên tĩnh hơn—nhưng thánh thiện hơn. Ít nổi tiếng hơn—nhưng hiệu quả hơn.

Michael đã khám phá lại sự thật:

**Bạn có thể xây dựng một chức vụ xung quanh Chúa Kitô,**

**hoặc bạn có thể xây dựng một chức vụ xung quanh chính mình—nhưng không bao giờ là cả hai.**

## *Gương Kinh Thánh*

Các bạn ơi, đây là vòng tròn mà mỗi tâm hồn phải khép lại:
**Ai thực sự ngồi trên ngai vàng trong trái tim bạn?**
Lòng tham bắt đầu từ nơi Đức Chúa Trời bị truất ngôi.
Điều răn thứ mười nói rằng:
**"Ngươi không được tham lam."**
Điều răn thứ nhất nói rằng:
**"Ngươi không được có thần nào khác đối nghịch với Ta."**
Phá vỡ điều thứ mười, tức là bạn đã phá vỡ điều thứ nhất—
vì **những gì bạn thèm muốn sẽ trở thành những gì bạn tôn thờ.**
Ánh mắt lang thang của David đã biến Bathsheba thành một thần tượng.
Lòng tham của Ahab đã biến vườn nho của Naboth thành một vị thần. Lòng kiêu hãnh của người Pharisi đã biến tôn giáo thành một thần tượng. Sự so sánh của Peter với John đã tạm thời hạ bệ lòng sùng kính.
Hãy nghe tôi nói này các bạn:
**Thần tượng không phải lúc nào cũng là những bức tượng vàng;**
**đôi khi chúng là những tham vọng vàng.**
Bất cứ thứ gì bạn không thể từ bỏ -
ngay cả thứ gì đó "tốt" - thì đã trở thành thần của bạn rồi.
Sự thờ ngẫu tượng làm tan vỡ trái tim trước khi nó phá vỡ luật pháp.
Nó thì thầm,
**"Bạn sẽ hạnh phúc khi..."**
nhưng không bao giờ kết thúc câu nói.

## *Sự hài lòng và sự tự mãn*

Sự tự mãn nói rằng:
**"Tôi ổn mà không cần lửa."**
Sự thỏa lòng nói rằng:
**"Tôi đã có đủ rồi—nhưng tôi sẽ không bao giờ ngừng tìm kiếm Ngài."**
Mục sư Michael không từ bỏ chức thánh—ông đã thanh lọc nó.
Ông học được rằng thành công thực sự không phải là những tràng pháo tay vang dội, mà là sự đầu hàng sâu sắc hơn.
Nơi Chúa Kitô ngự trị:

- tham vọng trở thành dịch vụ
- sự giàu có trở thành sự quản lý
- ảnh hưởng trở thành sự cầu bầu
- chức vụ trở thành sự thờ phượng

Khi Chúa cai trị trái tim, mọi thứ khác đều tìm được vị trí đúng đắn của nó.

## *Sự phản xạ*

- Ai thực sự ngự trên ngai vàng trong lòng tôi—Đấng Christ hay điều gì đó mà tôi sợ mất đi?
- Tôi có biến phước lành thành ngẫu tượng không?
- Nếu Chúa bảo tôi từ bỏ, liệu tôi có thể gọi Ngài là tốt không?

## *Mang đi / Tuyên bố*

**"Mỗi thần tượng đều là kẻ đánh cắp sự thân mật. Trái tim chỉ có chỗ cho một vị Vua."**

Hãy lắng nghe, các bạn nhé:
Đây là cuộc chiến của mọi thời đại -
không phải là cuộc chiến giữa các quốc gia, mà là cuộc chiến *trong lòng người* .
Hãy lật đổ những gì làm bạn mất tập trung.
Hãy tôn vinh lại Đấng đã tạo nên bạn.
Khi Chúa Kitô ngự ở trung tâm:
sự so sánh phải khuất phục, lòng tham chết đi, sự đố kỵ tan biến, hòa bình ngự trị.
Bởi vì chiến thắng lớn nhất không phải là những gì bạn chinh phục được bên ngoài mà
là **Đấng mà** bạn đầu hàng bên trong.

# KẾT LUẬN — TIẾNG GỌI CUỐI CÙNG CỦA TRÁI TIM

Bạn đã đi qua 12 chiến trường:
so sánh, đố kỵ, ham muốn, tham vọng, lừa dối, vô ơn, vật chất, thao túng, bồn chồn và sùng bái ngầm.
Bây giờ câu hỏi này thật đơn giản và vĩnh cửu:

**Trong số những trận chiến này, bạn nhận ra trận chiến nào trong lòng mình?**
Bạn đã mở cánh cửa nào?
Bạn đã bào chữa cho ham muốn nào? Bạn đã tôn thờ thần tượng nào? Sự giả tạo nào của sự thỏa mãn đã lừa dối bạn?
Tin nhắn này không được viết để cung cấp thông tin.
Nó được viết để **chuyển đổi** .
Phải mất hơn 30 ngày cầu nguyện, thiền định, tự kiểm điểm, ăn năn và vâng lời—để Chúa có thể dùng điều đó để **khơi dậy sự thay đổi bên trong bạn.**
Đừng rời khỏi tấm gương này mà không thay đổi.
Giống như Đa-vít, hãy cầu nguyện:
**"Lạy Đức Chúa Trời, xin hãy tra xét con…" (Thi Thiên 139:23)**
Như Sa-mu-ên đã nói với Sau-lơ:
**"Sự vâng lời tốt hơn của lễ." (1 Sa-mu-ên 15:22)**
Khi hàng triệu người chuẩn bị lễ tạ ơn cuối năm, hãy nhớ rằng:
Chúa không chấp nhận lời tạ ơn nào không xuất phát từ sự vâng lời.
**Hãy trở về với Ngài.**
**Sắp xếp lại ngai vàng trong lòng bạn. Hãy bắt đầu những thay đổi triệt để ngay hôm nay.**

Xin Chúa Thánh Linh ban sức mạnh cho bạn để từ chối sự giả tạo, đối đầu với kẻ tham lam và đón nhận niềm vui khi đồng hành với Ngài mỗi ngày.

## *Tuyên bố cuối cùng*

## *Hãy mạnh dạn tuyên bố:*

- Tôi từ bỏ mọi thần tượng trong trái tim mình—tham vọng, lòng tham, sự đố kỵ, sợ hãi, kiêu ngạo hoặc sự so sánh.
- Tôi chọn lòng biết ơn thay vì phàn nàn, sự hài lòng thay vì cạnh tranh và sự tôn thờ thay vì lo lắng.
- Tôi tuyên bố rằng Chúa Giê-su là đủ cho tôi—là phần của tôi, là sự bình an của tôi, là sự thỏa mãn của tôi.
- Trái tim tôi trở về với vị Vua đích thực của nó.
- Ngôi báu của cuộc đời tôi chỉ thuộc về Chúa Kitô mà thôi.

## *Lời cầu nguyện kết thúc*

Lạy Chúa, con xin dâng ngai vàng trái tim con cho Ngài. Xin tha thứ cho con vì mỗi cánh cửa con mở ra để khao khát, vì mỗi sự so sánh làm câm lặng lòng biết ơn, vì mỗi ngẫu tượng con ấp ủ. Xin dạy con bước đi trong bình an, trưởng thành mà không tham lam, và phục vụ quên mình. Xin cho cuộc đời con vang vọng một chân lý:

**Chỉ mình Ngài là xứng đáng.**
Amen.

**Chữ ký**
**Shalom!**
Đại sứ Thứ Hai O. Ogbe ; Zacharias Godseagle và Comfort Ladi Bộ Truyền giáo Đại bàng của Chúa
Ogbe (GEM)
https://www.otakada.org
*Gieo mầm Lời Chúa cho muôn dân — biến đổi từng cuộc đời, từng người một.*
*Hiệp nhất trong Chúa Giê-su Christ. Hội thánh không biên giới, không tường thành, không giáo phái.*

ngai vàng của trái tim, lòng tham, sự so sánh, sự hài lòng, sự hài lòng giả tạo, giáo lý Cơ đốc , bài giảng về lòng tham, sự tin kính với sự hài lòng, mười điều răn, sự thờ hình tượng, David và Bathsheba , Ahab và Naboth , sự đố kỵ và mục đích, lòng tham và sự hào phóng, sự ăn năn của Cơ đốc nhân , sự vâng lời chứ không phải sự hy sinh, sự biến đổi của trái tim, đại sứ thứ hai ogwuojo ogbe , các mục vụ đại bàng của Chúa, otakada , môn đồ hóa Cơ Đốc giáo , sự tăng trưởng tâm linh, tính cách Cơ Đốc giáo , sự thánh khiết, thông điệp tạ ơn, thông điệp cuối năm

# Làm thế nào để được tái sinh và bắt đầu một cuộc sống mới với Chúa Kitô

Có thể bạn đã từng đồng hành cùng Chúa Giê-su, hoặc có thể bạn chỉ vừa mới gặp Ngài trong 40 ngày này. Nhưng ngay lúc này, có điều gì đó bên trong bạn đang trỗi dậy.
Bạn đã sẵn sàng cho nhiều thứ hơn là tôn giáo.
Bạn đã sẵn sàng cho **một mối quan hệ** .
Bạn đã sẵn sàng để nói: "Chúa Giê-su ơi, con cần Ngài."
Sự thật là:
*"Vì mọi người đều đã phạm tội; chúng ta thảy đều thiếu mất tiêu chuẩn vinh quang của Đức Chúa Trời… nhưng Đức Chúa Trời, trong ân điển của Ngài, đã khiến chúng ta trở nên công chính trước mặt Ngài cách nhưng không."*
— Rô-ma 3:23–24 (Bản Dịch Mới)
Bạn không thể tự cứu mình.
Bạn không thể sửa đổi bản thân. Nhưng Chúa Giê-su đã trả giá đầy đủ — và Ngài đang chờ đợi để chào đón bạn trở về nhà.
Làm thế nào để được tái sinh
Được tái sinh có nghĩa là đầu phục cuộc đời bạn cho Chúa Giê-su — chấp nhận sự tha thứ của Ngài, tin rằng Ngài đã chết và sống lại, và tiếp nhận Ngài làm Chúa và Cứu Chúa của bạn.
Thật đơn giản. Thật mạnh mẽ. Nó thay đổi mọi thứ.
Hãy cầu nguyện lớn tiếng:
**"Lạy Chúa Jêsus, con tin Ngài là Con Đức Chúa Trời. Con tin Ngài đã chết vì tội lỗi con và đã sống lại. Con thú nhận rằng con đã phạm tội và con cần sự tha thứ của Ngài. Hôm nay, con ăn năn và từ bỏ đường lối cũ. Con mời Ngài ngự vào đời sống con để làm Chúa và**

**Cứu Chúa của con. Xin hãy rửa sạch con. Xin đổ đầy Thánh Linh Ngài vào con. Con tuyên bố rằng con đã được tái sinh, được tha thứ và được tự do. Từ nay trở đi, con sẽ theo Ngài — và con sẽ sống theo bước chân Ngài. Cảm tạ Ngài đã cứu con. Nhân danh Chúa Jêsus, A-men."**

Những bước tiếp theo sau khi được cứu rỗi

1. **Nói với ai đó** – Chia sẻ quyết định của bạn với một người có đức tin mà bạn tin tưởng.
2. **Tìm một Hội Thánh dựa trên Kinh Thánh** – Tham gia một cộng đồng dạy và sống Lời Chúa. Truy cập các mục vụ của God's Eagle trực tuyến qua https://www.otakada.org hoặc https://chat.whatsapp.com/H67spSun32DDTma8TLh0ov
3. **Làm lễ rửa tội** – Thực hiện bước tiếp theo để công khai tuyên bố đức tin của bạn.
4. **Đọc Kinh Thánh hằng ngày** – Bắt đầu với Phúc âm John.
5. **Cầu nguyện mỗi ngày** – Hãy trò chuyện với Chúa như một người bạn và một người Cha.
6. **Giữ kết nối** – Hãy ở bên những người khuyến khích bạn theo đuổi con đường mới.
7. **Bắt đầu quá trình môn đồ hóa trong cộng đồng** – Phát triển mối quan hệ một-một với Chúa Jesus Christ thông qua các liên kết này

Chương trình môn đồ hóa 40 ngày 1 - https://www.otakada.org/get-free-40-days-online-discipleship-course-in-a-journey-with-jesus/

40 Đệ tử 2 - https://www.otakada.org/get-free-40-days-dna-of-discipleship-journey-with-jesus-series-2/

Khoảnh khắc cứu rỗi của tôi

**Ngày** : ______________________

**Chữ ký** : ____________________

*"Nếu ai ở trong Đấng Christ, người ấy là người dựng nên mới; những gì cũ đã qua đi, nầy mọi sự đều trở nên mới!"*

— 2 Cô-rinh-tô 5:17

# *Giấy chứng nhận cuộc sống mới trong Chúa Kitô*

***Tuyên bố Cứu rỗi – Tái sinh bởi Ân điển***
Điều này chứng nhận rằng

______________________________

*(Họ và tên đầy đủ)*
đã công khai tuyên bố **đức tin vào Chúa Giê-su Christ** là Chúa và Cứu Chúa và đã nhận được món quà cứu rỗi miễn phí qua sự chết và sự phục sinh của Ngài.
*"Nếu anh em công khai tuyên xưng Đức Chúa Jêsus là Chúa và tin trong lòng rằng Đức Chúa Trời đã khiến Ngài từ cõi chết sống lại, thì anh em sẽ được cứu."*
— Rô-ma 10:9 (Bản Dịch Mới)
Vào ngày này, thiên đàng hân hoan và một hành trình mới bắt đầu.

Ngày quyết định : ______________________

Chữ ký : ______________________________

Tuyên bố cứu rỗi
"Hôm nay, tôi dâng hiến cuộc đời mình cho Chúa Giê-su Christ.
Tôi tin Ngài đã chết vì tội lỗi tôi và đã sống lại. Tôi xin nhận Ngài làm Chúa và Cứu Chúa của tôi. Tôi được tha thứ, được tái sinh và được đổi mới. Từ giờ phút này trở đi, tôi sẽ bước theo dấu chân Ngài."
Chào mừng đến với Gia đình của Chúa!
Tên của bạn đã được ghi trong Sách Sự Sống của Chiên Con.
Câu chuyện của bạn chỉ mới bắt đầu — và nó là vĩnh cửu.

# *KẾT NỐI VỚI GOD'S EAGLE MINISTRIES*

- Trang web: www.otakada.org
- Chuỗi bài viết về Sự giàu có vượt qua lo lắng: www.wealthbeyondworryseries.com
- Email: ambassador@otakada.org

- **Hỗ trợ công việc này:**

Hỗ trợ các dự án, sứ mệnh của vương quốc và các nguồn tài nguyên toàn cầu miễn phí thông qua việc đóng góp theo giao ước.

**Quét mã QR để quyên góp**

https://tithe.ly/give?c=308311

Sự hào phóng của bạn giúp chúng tôi tiếp cận nhiều tâm hồn hơn, chuyển giao tài nguyên, hỗ trợ các nhà truyền giáo và xây dựng hệ thống môn đồ hóa trên toàn cầu. Cảm ơn bạn!

# Tiểu sử tác giả

## *Zacharias Godseagle*

**Tác giả • Giáo viên • Nhà lãnh đạo có tầm nhìn xa**
Zacharias Godseagle là một giáo viên Lời Chúa đầy nhiệt huyết và là tiếng nói sáng suốt của Thân thể Đấng Christ. Mang trong mình ân sủng đặc biệt về sự thấu hiểu tâm linh, Zacharias phục vụ với sự minh mẫn, chiều sâu tiên tri, và một khát khao cháy bỏng được thấy các tín hữu bước đi trong sự tinh sạch, tin kính và đầu phục Đấng Christ cách chân thành.
Là một cộng tác viên trong công việc của God's Eagle Ministries (GEM), ông đóng vai trò quan trọng trong việc định hình nội dung môn đồ hóa, soi sáng Kinh Thánh, và hoạt động truyền thông tiếp cận cuộc sống trên khắp các ranh giới kỹ thuật số và vật lý. Các bài viết của ông tập trung vào sự biến đổi bên trong, sự vâng phục, và sự phục hồi Đấng Christ trên ngai vàng trong lòng người tin Chúa.
Zacharias được thúc đẩy bởi một niềm tin giản đơn: **khi trái tim đồng điệu, vận mệnh sẽ đến.**
Anh tiếp tục truyền cảm hứng cho khán giả toàn cầu thông qua hoạt động giảng dạy, cố vấn và các dự án sáng tạo tràn đầy Thánh Linh.

## *Đại sứ Monday O. Ogbe*

**Tác giả • Nhà truyền giáo • Người sáng lập, God's Eagle Ministries (GEM)**
Đại sứ Monday Oreojo Ogwuojo Ogbe là người sáng lập **God's Eagle Ministries (GEM)** — một sứ mệnh toàn cầu

với sứ mệnh "kết nối mọi người với Chúa thông qua Lời Ngài". Được biết đến với niềm đam mê mãnh liệt với chân lý, khả năng kể chuyện đầy cảm xúc và lời dạy tiên tri, ông phục vụ trên khắp các quốc gia thông qua việc viết lách, phát thanh podcast, làm phim, truyền giáo kỹ thuật số và truyền bá Phúc âm.

Với nền tảng về lãnh đạo, truyền thông và truyền giáo, Đại sứ Monday mang trong mình sự xức dầu xuyên văn hóa, vang vọng từ Châu Phi đến Châu Á, Châu Mỹ, Châu Âu và Trung Đông. Những lời dạy của ông đối mặt với những cuộc chiến thầm kín trong lòng người tin Chúa—lòng tham lam, đấu tranh với bản sắc, sự tự mãn về mặt tâm linh, và sự xói mòn tinh tế trong mối quan hệ mật thiết với Chúa.

Ông là tác giả của nhiều bài giảng đạo, bộ sách và bài giảng đa phương tiện tiếp cận hàng triệu người thông qua otakada.org và các nền tảng kỹ thuật số của GEM.

Thông điệp cuộc đời của ông giản dị nhưng sâu sắc:

**"Khi Chúa Kitô ngự trị ở trung tâm, mọi thứ khác đều trở nên xứng đáng."**

## *Comfort Ladi Ogbe*

**Tác giả • Người cầu thay • Người đồng công trong chức vụ**

Comfort Ladi Ogbe là một nhà văn, người cầu thay và cộng tác viên trong sứ mệnh Vương quốc của God's Eagle Ministries. Với lòng trắc ẩn, sự sáng suốt và tinh thần nuôi dưỡng, cô mang đến chiều sâu cảm xúc và nền tảng tâm linh cho mọi dự án mà cô thực hiện.

Những đóng góp của bà - thường diễn ra sau hậu trường - mang theo hương thơm của sự khiêm nhường, khôn ngoan và chữa lành. Bà an ủi mọi người qua việc tư vấn, cầu

nguyện, làm môn đồ và hợp tác sáng tạo, đặc biệt là trong các công việc nhấn mạnh đến việc phục hồi gia đình, trưởng thành về mặt tâm linh và biến đổi tấm lòng.
Với tư cách là một tác giả, bà viết từ kinh nghiệm sống và niềm tin tâm linh, mang đến cho độc giả sự sáng suốt, an ủi và khích lệ để theo đuổi sự trọn vẹn trong Chúa Kitô.
Comfort cam kết giúp các tín đồ trải nghiệm Chúa không chỉ trong kiến thức mà còn trong cuộc sống hàng ngày—nơi trái tim học cách tin cậy, đầu hàng và phát triển.

Trang tác giả:
https://www.amazon.com/stores/Zacharias-Godseagle/author/B0FCZ89D4K

# SÁCH & TÀI NGUYÊN ĐƯỢC ĐỀ XUẤT

*MÃ HÀNH HƯƠNG: AI thức tỉnh*

*Sách điện tử* - https://www.amazon.com/Logos-Protocol-Awakening-artificial-intelligence-ebook/dp/B0FXNQFSWZ

*Bìa mềm* - https://www.amazon.com/Logos-Protocol-Awakening-artificial-intelligence/dp/B0FXNGR66D

*Bìa cứng* - https://www.amazon.com/Logos-Protocol-Awakening-artificial-intelligence/dp/B0FZNTQR6Y

Bìa mềm Ingramspark - https://shop.ingramspark.com/b/084?params=QkK4aNYTYO9U5z9uOkdHgc7Ue1eGDLqbb1tz9WRPaSk

**Tại sao sự giải thoát thất bại - và cách ngọn lửa của Chúa phục hồi tâm hồn: 40 lời tuyên bố hàng ngày cho sự giải thoát toàn diện**

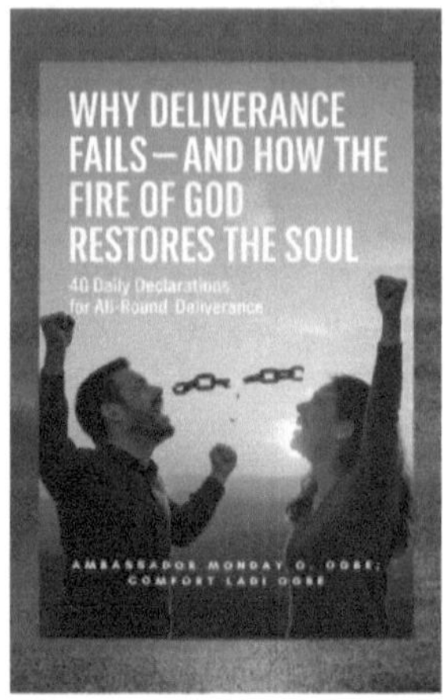


**Sách điện tử** - https://www.amazon.com/Why-Deliverance-Fails-Declarations-All-Round-ebook/dp/B0FW74L4G4

**Bìa mềm** - https://www.amazon.com/Why-Deliverance-Fails-Declarations-All-Round/dp/B0FWB3LXRM

**Được cứu nhưng lạc lối – Người cải đạo chưa được dạy dỗ – được dịch sang 25 ngôn ngữ**

**Bìa mềm**
https://shop.ingramspark.com/b/084?params=iYNB6S3PLMfREpm0jMM15bMe3BvWlkjcYyLYnHVGAds
**Sách điện tử -** https://www.amazon.com/SAVED-BUT-LOST-UNDISCIPLED-heartbreak-ebook/dp/B0FVJ29DF7

**7 NGÀY CHIẾN TRANH TÂM LINH & PHỤC HỒI - đây là Phần 1**

**Trói buộc kẻ thù, trả lại bảy mũi tên và khôi phục vận mệnh của bạn**

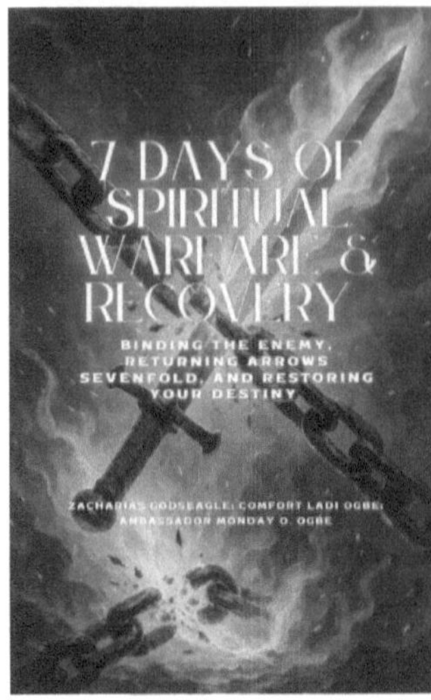


https://shop.ingramspark.com/b/084?params=8mPzqUl73Ex7uPyeO7ydyt8EGkkB6u2gX1jZvWU8j1C

**Liên kết sách điện tử -** https://www.amazon.com/DAYS-SPIRITUAL-WARFARE-RECOVERY-Returning-ebook/dp/B0FMPJM5KZ

**7 NGÀY CHIẾN TRANH & PHỤC HỒI TÂM LINH - Phần 2 - Ấn chứng chiến thắng, phá vỡ sự gian ác trong gia đình và bảo vệ vận mệnh được phục hồi của bạn**

**Bìa mềm -**
https://shop.ingramspark.com/b/084?params=LkpNmGSsApHhWhiSO7bW3wFmcXQKIO4ZEBeSbP5rL1S

**Sách điện tử -** https://www.amazon.com/DAYS-SPIRITUAL-WARFARE-RECOVERY-Wickedness-ebook/dp/B0FR9YCMY8

**TỪ BÓNG TỐI ĐẾN QUYỀN THỐNG TRỊ: 40 ngày để thoát khỏi sự kìm kẹp của bóng tối**

**–**

**Một buổi cầu nguyện toàn cầu về nhận thức, sự giải thoát và sức mạnh - Dành cho các cá nhân, gia đình và quốc gia sẵn sàng được tự do**

**Bìa mềm**

https://shop.ingramspark.com/b/084?params=aVgp21QfwJxNANkfMxIQ0yejuFCVY12KFr978SRkZUD

**Amazon -** https://www.amazon.com/DARKNESS-DOMINION-Devotional-Awareness-Deliverance-ebook/dp/B0FLDH2Y67

- *Giải thoát khỏi quyền lực bóng tối* **(Bìa mềm)** — Mua tại đây | Sách điện tử trên Amazon

  - **Đánh giá hàng đầu từ Hoa Kỳ:**
    - **Khách hàng Kindle** : "Cuốn sách Cơ đốc giáo hay nhất từ trước đến nay!" (5 sao)

Ngợi khen Chúa Giê-su vì lời chứng này. Tôi đã được ban phước rất nhiều và muốn giới thiệu cho mọi người đọc cuốn sách này... Vì tiền công của tội lỗi là sự chết, nhưng ân điển của Đức Chúa Trời là sự sống đời đời. Shalom! Shalom!

- **Da Gster** : "Đây là một cuốn sách rất thú vị và khá kỳ lạ." (5 sao)

Nếu những gì được nói trong sách là đúng thì chúng ta thực sự đang tụt hậu rất xa so với những gì kẻ thù có thể làm! ... Đây là điều cần thiết cho bất kỳ ai muốn tìm hiểu về chiến tranh tâm linh.

- **Visa** : "Tôi thích cuốn sách này" (5 sao)

Đây là một sự thật mở mang tầm mắt... một lời thú nhận chân thành... Gần đây tôi đã tìm kiếm nó khắp nơi để mua. Thật vui khi mua được nó trên Amazon.

- **FrankJM** : "Khá khác biệt" (4 sao)

Cuốn sách này nhắc tôi nhớ về cuộc chiến tâm linh thực sự. Nó cũng gợi nhớ đến lý do cần phải mặc lấy "Toàn bộ Giáp Trụ của Đức Chúa Trời".

- **JenJen** : "Tất cả những ai muốn lên Thiên đường hãy đọc bài này!" (5 sao)

Cuốn sách này đã thay đổi cuộc đời tôi rất nhiều. Cùng với lời chứng của John Ramirez, nó sẽ khiến bạn nhìn nhận đức tin của mình theo một cách khác. Tôi đã đọc nó 6 lần rồi!

- *Cựu tín đồ Satan: The James Exchange* (Bìa mềm) — Mua tại đây | Sách điện tử trên Amazon

- ***LỜI CHỨNG CỦA MỘT NGƯỜI PHI CŨ THEO ĐỒNG TÍN NGƯỠNG SATAN*** - *Mục sư JONAS LUKUNTU MPALA* (Bìa mềm) — Mua tại đây | Sách điện tử trên Amazon

- *Greater Exploits 14* (Bìa mềm) — Mua tại đây | Sách điện tử trên Amazon

- *Out of the Devil's Cauldron* của John Ramirez — Có sẵn trên Amazon
- *Ngài Đến Để Giải Thoát Những Kẻ Bị Tù* của Rebecca Brown — Tìm trên Amazon

**Các cuốn sách khác do tác giả xuất bản – Hơn 1000 đầu sách**

**Được yêu thương, được chọn lựa và trọn vẹn** : Hành trình 30 ngày từ sự từ chối đến **sự phục hồi** được dịch sang 40 ngôn ngữ trên thế giới

https://www.amazon.com/Loved-Chosen-Whole-Rejection-Restoration-ebook/dp/B0F9VSD8WL

https://shop.ingramspark.com/b/084?params=xga0WR16muFUwCoeMUBHQ6HwYjddLGpugQHb3DVa5hE

**Theo Bước Chân Ngài — Thử Thách WWJD 40 Ngày: Sống như Chúa Jesus trong những câu chuyện có thật trên khắp thế giới**

https://www.amazon.com/His-Steps-Challenge-Real-Life-Stories-ebook/dp/B0FCYTL5MG

https://shop.ingramspark.com/b/084?params=DuNTWS59IbkvSKtGFbCbEFdv3Zg0FaITUEvlK49yLzB

**CHÚA GIÊSU Ở CỬA:**
**40 Câu chuyện đau lòng và Lời cảnh báo cuối cùng của Thiên đàng dành cho các nhà thờ NGÀY NAY**
https://www.amazon.com/dp/B0FDX31L9F

https://shop.ingramspark.com/b/084?params=TpdA5j8WPvw83glJ12N1B3nf8LQte2a1lIEy32bHcGg

**ĐỜI SỐNG GIAO ƯỚC: 40 Ngày Bước Đi Trong Phước Lành của Phục Truyền Luật Lệ Ký 28**

- https://www.amazon.com/dp/B0FFJCLDB5

**Những câu chuyện từ những con người thực, sự vâng lời thực và sự**

https://shop.ingramspark.com/b/084?params=bH3pzfz1zdCOLpbs7tZYJNYgGcYfU32VMz3J3a4e2Qt

**Chuyển đổi trên 20 ngôn ngữ**

**BIẾT CÔ ẤY & BIẾT ANH ẤY:**
**40 ngày để chữa lành, thấu hiểu và có được tình yêu lâu dài**

https://www.amazon.com/KNOWING-HER-HIM-Healing-Understanding-ebook/dp/B0FGC4V3D9

https://shop.ingramspark.com/b/084?params=vC6KCLoI7Nnum24BVmBtSme9i6k59p3oynaZOY4B9Rd

**HOÀN CHỈNH, KHÔNG CẠNH TRANH:**
**Hành trình 40 ngày hướng tới mục đích, sự đoàn kết và hợp tác**

https://shop.ingramspark.com/b/084?params=5E4v1tHgeTqOOuEtfTYUzZDzLyXLee30cqYo0Ov9941

https://www.amazon.com/COMPLETE-NOT-COMPETE-Journey-Collaboration-ebook/dp/B0FGGL1XSQ/

MÃ SỐ SỨC KHỎE THIÊNG LIÊNG - 40 Chìa khóa hàng ngày để kích hoạt sự chữa lành thông qua Lời Chúa và sự sáng tạo Mở khóa sức mạnh chữa lành của thực vật, lời cầu nguyện và hành động tiên tri

https://shop.ingramspark.com/b/084?params=xkZMrYcEHnrJDhe1wuHHYixZDViiArCeJ6PbNMTbTux

https://www.amazon.com/dp/B0FHJT42TK

**Bạn có thể tìm thấy những cuốn sách khác trên trang tác giả** https://www.amazon.com/stores/Ambassador-Monday-O.-Ogbe/author/B07MSBPFNX

www.ingramcontent.com/pod-product-compliance
Lightning Source LLC
LaVergne TN
LVHW060257051026
849517LV00003B/833